Soyayya, Zaɓaɓɓu kuma Gabaɗaya:

Tafiya ta Kwanaki 30 daga kin amincewa zuwa Maidowa

By

Zakariyya Godseagle ;

Ambasada Monday O. Ogbe ;

Ta'aziyya Ladi Ogbe

-

Zacharias Godseagle;

Ambassador Monday O. Ogbe;

Comfort Ladi Ogbe

Shafin Haƙƙin mallaka

Zanewar Murfin Tawagar Allah Mikiya An Buga a Ƙasar Amirka
Bugun Farko, 2025

Zachariah Godseagle ne ya buga kuma

Ma'aikatun Mikiya na Allah - GEMs
https://www.otakada.org

Don izini, tambayoyi, ko lasisin ƙungiya, tuntuɓi:
Ambassador@otakada.org

Game da Littafin

Shin kun gaji da jin rashin so, rashin kula, ko kuma kamar ba za ku taɓa aunawa ba? Soyayya, Zaɓaɓɓe da Gabaɗaya: Tafiya ta Kwanaki 30 daga ƙi zuwa Maidowa ya wuce ibada—gayyata ce mai ba da rai don sake gano ƙimar ku ta gaskiya, kwato ainihin ku, da tashi cikin cikar wanda Allah ya halicce ku don zama.

An rubuto daga ra'ayi na maza da na mata kuma an haɗa shi da ƙarfi, labarun motsin rai na Mika'ilu da Grace, wannan tafiya mai canzawa tana ba da warkarwa ta yau da kullun ta nassi, tunani mai zurfi, addu'o'in dabaru, da jagorar jarida. Ko kuna fama da raunuka tun daga ƙuruciya, dangantaka, hidima, ko jagoranci, wannan littafin zai bishe ku daga toka na ƙi zuwa kyawun maidowa.

Za ku koyi yadda ake:

- ***Ka rabu da karyar rashin cancanta da shakkar kai***
- ***Yi shuru da amsawar cin amana da kuma raunin tunani***
- ***Rungumi ainihin abin da Allah ya ba ku a matsayin ƙauna, zaɓaɓɓu, kuma gaba ɗaya***
- ***Ku yi gafara sosai kuma ku yi tafiya cikin aminci***
- ***Gano manufa kuma yi amfani da labarin ku don warkar da wasu***

Kowace rana za ta kusantar da ku zuwa zuciyar Uba, ta sabunta tunanin ku da maido da ran ku. Wannan shine lokacin ku. Wannan shine waraka. Wannan ita ce tafiyar ku **ta komawa ga lafiya** . Da soyayya daga **Zakariyya; Amb . Ogbe , da Comfort Ladi**

Mahimman kalmomi don Ƙauna, Zaɓaɓɓu da Gabaɗaya: Tafiya ta Kwanaki 30 daga Ƙimar zuwa Maidowa -

- *Waraka daga kin ibada*
- *Ibadar Kirista don waraka*
- *Cin nasara da ƙin yarda da imani*
- *Ibadar kwana 30 don samun waraka a zuciya*
- *Ibadar zukata masu karaya*
- *Nemo ainihi a cikin ibadar Kristi*
- *Maidowa bayan an ƙi nazarin Littafi Mai Tsarki*
- *Son Allah da waraka ibada*
- *Ibadar Kirista don darajar kai*
- *Jagorar addu'a don kin waraka*
- *Ibadar Littafi Mai Tsarki warkar da motsin rai*
- *Ibada don maidowa ta ruhaniya*
- *Waraka daga barin ibada*
- *Ibada ga karaya da waraka*
- *Tafiya zuwa maido da ibada*
- *Ibada akan yardan Allah*
- *Ibadar waraka ta tushen imani*
- *Littafin Ibadar Kirista mai ilhama*
- *Ibada don shawo kan kin amincewa da zafi*
- *Ibada tare da jagorar addu'a don samun waraka*

Sadaukarwa

Ga duk wanda ya taɓa jin rashin cancanta, rashin ƙauna, gaibu, ko maras so-Wannan littafin naku ne.

Zuwa ga yaron da aka yi watsi da shi, da shugaban da aka ci amana, da abokin auren da aka ƙi, da abokin da aka ƙyale—Wannan tafiya ita ce waraka.

Ga duk mace da namiji da suka yi kuka a shiru, suna shakkar darajarsu, suka tambayi wurinsu
Ba kai kaɗai ba ne.

Kuma ga wanda yake gani, yana warkarwa, mai gyarawa, kuma bai taɓa ƙi ba—Yesu Kiristi, Mai fansar mu—Dukkan ɗaukaka da ɗaukaka naka ne.

Godiya

Da farko, muna ba da dukkan ɗaukaka ga **Allah Madaukakin Sarki** , Mai warkar da karayar zukata, Mai mayar da kaddara, kuma wanda ba ya ƙin waɗanda suka zo gare shi.

Zuwa ga **Ruhu Mai Tsarki** , Mai Taimakonmu, Mai ba da shawara, da Aboki na dindindin—na gode don busa rai a cikin waɗannan shafuka da kuma jagorantar kowace kalma da manufa.

Zuwa ga **maza da mata waɗanda labarunsu suka ƙarfafa wannan ibada** , kai tsaye ko a kaikaice—na gode da raunin ku da ƙarfin hali. tafiye-tafiyenku suna tunatar da mu cewa babu wani ciwo da ke ɓarna a hannun Allah.

Zuwa ga **masu ceto, masu ba da jagoranci, da ubanni da uwaye na ruhaniya** waɗanda suka yi addu'a, sun yi annabci, suka zubo cikin wannan hangen nesa-tallafin ku ya kasance tushen tushe.

Musamman muna so mu gode wa Billy Graham mai albarka mai albarka don gudummawar kan **YADDA ZA A SAKE HAIHUWARSU. Don haka yana da kima ga tsarin waraka da sabuntawa. Allah ya albarkace ka!**

Zuwa ga **tawagar a God's Eagle Ministries - GEMs** , na gode don goyon bayanku da ba ku gajiyawa don yada waraka da gaskiya a duniya.

Ga duk wanda ya yi tafiya ta ƙin yarda kuma har yanzu ya yi ƙarfin gwiwa don sake gaskatawa - **wannan littafin yabo ne ga juriyar ku.**

Kuma a gare ku, mai karatu—na gode don buɗe zuciyar ku don samun waraka. Bari wannan tafiya ta kai ku cikin rayuwar maidowa, ainihi, da nufin Allah.

Gabatarwa

Kin amincewa yana ɗaya daga cikin abubuwan da suka fi zafi a rayuwa. Yana zuwa a shiru, amma yana magana da ƙarfi. Yana rada cewa ba ku isa ba, ba a so, ba ku cancanta ba. Ko ya fito ne daga iyayen da suka yi tafiya, abokin tarayya wanda ya ci amanar soyayyar ku, shugaban da bai yarda da ku ba, ko tsarin da ya yi watsi da ku - yana barin alama a cikin rai.

Na yi tafiya ta kin amincewa. Na ji bacin rai na, an watsar da ni, ba a gani. Amma kuma na gano wani abu mafi girma: ƙauna wadda ba ta ƙarewa, muryar da ta kira ni zaɓaɓɓe, da waraka wadda babu rauni da zai iya jurewa. Wannan binciken ya haifar da wannan ibada.

"Kaunaci, Zaɓaɓɓe da Gabaɗaya" ba laƙabi ba ne kawai—allahntakarka ce.

Wannan tafiya ta kwanaki 30 an yi ta ne da tausayi, Nassi, da labarun rayuwa na gaske don taimaka muku ƙaura daga inuwar ƙi zuwa hasken maidowa. Za ku haɗu da **Michael** da **Grace** , muryoyi biyu masu alaƙa waɗanda ke nuna gwagwarmaya da nasarorin da muke fuskanta a yaƙin zama. Ta hanyar labarunsu-da naku-zaku bayyana gaskiya, ku fuskanci karya, ku sake gano wanda bai taɓa kin ku ba: Allah.

Kowace rana tana ba ku:

- **Labari mai ma'ana don jawo ku ciki**
- **Gaskiya daga Nassi don ta ɗaure ku**

- **Tunani don tada zuciyar ku**
- **Addu'a don daidaita ruhin ku**
- **Tambayoyin jarida don taimaka muku aiwatar da waraka**

Wannan littafin shine amintaccen filin ku. Na masu karya-zuciya ne, masu karfi-amma gaji, kuma masu shan wahala shiru. Ko kuna karanta wannan daga wani wuri mai zafi ko kuma tabon da har yanzu ke ciwo, ina so ku sani:

Ba kai kaɗai ba. Ana ƙaunar ku sosai. An zabe ku. Kuma eh — kun cika.

Bari wannan ya zama wurin juyowar ku. Bari wannan ya zama maidowar ku.

Barka da zuwa tafiya ta waraka.

Sako zuwa ga Shugabanni da Malamai

Dan uwa shugaba,
Na gode don zuciyar ku don tafiya tare da wasu akan tafiyarsu daga ƙi zuwa maidowa. Kuna yin aiki mai tsarki.

An tsara wannan ibada ba don tunani kawai ba har ma don ƙananan ƙungiyoyi, ma'aikatun warkaswa, da'irar addu'a, da saitunan shawarwari. Kowace rana tana ba da jigogi masu ƙarfi, Littattafai, da kuma abubuwan da zasu iya haifar da zance mai zurfi da canji a cikin mahallin rukuni.

Anan akwai ƴan shawarwari don taimaka muku sauƙaƙe yadda ya kamata:

- *Bude kowane zama cikin addu'a, gayyato Ruhu Mai Tsarki ya kawo waraka da fahimta.*

- *Karanta ibadar yau da kullun da ƙarfi, sannan a ba da lokaci don membobin rukuni su yi tunani ɗaya ɗaya.*

- *Yi amfani da tambayoyin tunani don jagorantar tattaunawa ta gaskiya, mai mutuntawa.*

- *Ƙarfafa aikin jarida, amma sanya rabawa ya zama na zaɓi—wasu waraka na faruwa cikin shiru.*

- *Ƙare da shelar addu'a, magana tare a matsayin al'ummar bangaskiya.*

- *Ƙirƙirar sarari na alheri, sirri, da rashin hukunci-wannan yana da mahimmanci don warkarwa mai zurfi.*

- Hakanan kuna iya keɓan lokaci na musamman a ranar 30 don shaida, ibada, ko addu'ar ƙaddamarwa ga mahalarta waɗanda ke shiga cikin manufa bayan waraka.

Ka tuna : waraka tafiya ce, ba makoma ba. Jagorancin ku, tausayawa, da azancin ruhaniya mabuɗin buɗe ƴanci ga wasu. Kamar yadda Allah yake amfani da wannan littafi, bari kuma ya yi amfani da ku don zama jirgin ta'aziyyarsa da maidowa.

Tare da godiya mai zurfi da addu'a,
Zakariyya Godseagle ; Ambasada Monday O. Ogbe ; Ta'aziyya Ladi Ogbe
God's Eagle Ministries - GEMs
www.otakada.org

Shawarwari na Musamman ga Coci/Ma'aikatu

- **Ba da wannan ibada a matsayin wani ɓangare na yaƙin neman waraka na kwanaki 30.** Ƙaddamar da shi a cikin ayyuka, nazarin Littafi Mai Tsarki, ko zaman shawarwari na musamman.
- **Yi amfani a cikin ma'aikatun ceto da warkaswa na ciki.** Jigogi sun yi daidai da zurfi mai zurfi na ruhaniya.
- **Haɗa shaidu** a ƙarshen zagayowar kwanaki 30 don ƙarfafawa da haɓaka.
- **Yi la'akari da shirye-shiryen bi** -bi-bi-bi-bi-bi-bi-bi-bi-bi-bi-bi-bi-bi-da-gano-da-daraja, da ci gaban ruhi don ci gaba da canji.

Lasisi & Amfanin Ƙungiya:
Don kwafi mai yawa ko samun damar ƙungiyar dijital, da fatan za a tuntuɓe mu a Ambassador@otakada.org don rangwamen ma'aikatar ko keɓance nau'ikan ƙungiyar ku.

Bari wannan tafiya ta zama fiye da ibada-bari ta zama motsi na warkaswa, yanci, da maidowa na allahntaka a cikin Jikin Kristi.

Ƙarin Jagorar Mai Gudanarwa: Don Ikklisiya, Ma'aikatu, da Ƙungiyoyin Waraka

Manufa:
Wannan ibadar ita ce manufa don **amfani a cikin majami'u, ma'aikatun warkaswa, ƙungiyoyin ba da shawara, da kuma haɗin gwiwa** inda mutane ke neman cikakkiyar lafiya daga raunukan rai, ruhi, da alaƙa.

Tsarin Ƙungiya da aka Shawarta (Amfani da Makowa ko Kullum):

1. **Addu'a da Ibada (minti 5-10)**
   Maraba da Ruhu Mai Tsarki a tsakiyarku kuma ku haifar da yanayi na salama da buɗe ido.
2. **Karatun Ibada (minti 5-10)**
   Karanta shigarwar yau da kullun ko kuma sanya ta kafin lokaci. Juyawa masu karatu mako-mako don haɗa hannu.
3. **Tunanin Ƙungiya (minti 20-30)**
   Yi amfani da tambayoyin tunani don faɗakar da tattaunawa ta gaskiya. Tunatar da mahalarta cewa wannan wuri ne mai aminci da sirri.
4. **Aikin Jarida (minti 10)**
   Bada lokaci don sarrafa mutum ɗaya. Ana iya raba jaridu da son rai.
5. **Addu'a & Ceto (minti 10-15)**
   Yi addu'a akan takamaiman batutuwan da aka tattauna. Ƙare kowane zama tare da ƙunshe da sanarwar addu'ar waraka.

6. **Ƙaddamar da Ayyuka**
   Ƙarfafawa membobin su yi amfani da darasin wannan rana a hanya mai amfani—ko yin gafara ne, yin bimbini a kan Nassosi, ko rubuta wasiƙa zuwa ga Allah.

Labarin Michael da Bege

Michael ya taso ne a gidan da soyayya ta yi karanci kuma yarda ko da karanci. Mahaifinsa, mutum mai kauri kuma mai nisa, da kyar ya furta kalaman tabbatarwa. Mahaifiyarsa, wanda gwagwarmayar rayuwa ta mamaye shi, sau da yawa takan yi watsi da bukatunsa na zuciya. Tun yana ƙarami, Michael ya shigar da saƙo mai raɗaɗi: bai isa ba. Duk yadda ya yi ƙoƙari, ya ji ba a ganuwa, ba a so, kuma an ƙi shi.

A makaranta, Michael ya yi ƙoƙari ya shiga. Abokai sun zo sun tafi, amma kullum yana jin kamar baƙon da ke ciki. Sau da yawa malamai sun yi watsi da shi, har ma da ƙananan kurakurai suna tabbatar da rashin amfaninsa. Da shigewar lokaci, ƙin amincewa ya zama inuwa - inuwa da ke bin shi a ko'ina, yana rada wa ƙarya game da darajarsa.

Yayin da Michael ya girma, wannan ƙiyayya mai zurfi ta shafi kowane fanni na rayuwarsa - dangantakarsa, aiki, da kimar kansa. Ya ji tsoron kusanci, yana tsammanin wasu su bar shi ko kuma su ƙi shi. Ya yi shakkar korar mafarkinsa, ya tabbatar bai cancanci nasara ba. Zafin ya yi shiru amma ya tsaya, sarka mai nauyi ya kasa karyawa.

Wata rana, a wurinsa mafi ƙasƙanci, wani abokinsa ya ba shi wata ibada mai taken *Kaunar, Zababbu da Gabaɗaya: Tafiya ta Kwanaki 30 daga Ƙimar zuwa Maidowa* . Cikin shakku amma ya kalleta, Michael ya fara karantawa. Saƙon kowace rana ya yi magana kai tsaye a zuciyarsa, yana bayyana gaskiyar da ya manta ko bai taɓa sani ba: cewa ƙaunar Allah ba ta da wani sharadi, cewa an zaɓe shi sosai, kuma ba ra'ayin wasu ba ne ya bayyana ainihinsa amma Mahalicci wanda ya kira shi da sunansa.

Sannu a hankali Mika'ilu ya fara ganin kansa a gaban Allah. Sarƙoƙin ƙin yarda ya saki yayin da ya rungumi addu'a, tunani, da ikon nassi. Ya ɗauki matakai masu amfani—neman shawarwari, gina dangantaka mai kyau, da kuma biɗan sha'awoyi waɗanda a dā ba za su iya ba.

A yau, Michael ba a bayyana shi ta hanyar kin amincewarsa a baya amma ta hanyar maido da ya samu. Yana tafiya tare da amincewa, ya san ana ƙaunarsa, zaɓaɓɓu, kuma gaba ɗaya. Labarinsa shaida ne cewa komai zurfin kin amincewa, warkaswa da bege koyaushe suna cikin isa.

Labarin Alheri da Sabuntawa

Alheri ko da yaushe yana murmushi, amma a bayanta akwai zuciya mai nauyi da ƙi. Tun tana ƙuruciya, ta ji ɓacin rai—mahaifanta sun sake ta sa'ad da take ƙarama, kuma ta shiga tsakanin gidaje, ba ta taɓa zama ba. A makaranta da zamantakewa, Grace sau da yawa tana jin ba a kula da ita, kamar muryarta ba ta da mahimmanci. Saƙon da ba a faɗi ba ya fito fili: ba ta isa a ƙaunace ta ba ko har abada.

Yayin da ta shiga girma, rashin amincewa da Grace ya bayyana a cikin dangantakarta. Ta sami kanta da sha'awar mutanen da ba su da samuwa ko kuma watsi da su, suna ci gaba da zagayowar yanayi mai raɗaɗi na jin rashin gani da ƙima. A ciki, Grace ta yi marmarin samun karɓuwa, amma shekarun kin amincewa ya sa ya yi wuya a yarda cewa ta cancanci.

Duk da radadin radadin, Grace ta rike bege na shurushashin cewa za ta iya wuce abin da ta gabata. Wata rana, ta ji musamman karye, ta gano ƙaunatacciyar *ƙaunatacciyar ƙauna, Zaɓaɓɓe da Duka: Tafiya ta Kwanaki 30 daga Ƙimar zuwa Maidowa* . Cikin shakku amma yunwar waraka ta fara karantawa. Kowace ibada ta motsa wani abu a cikinta—a hankali tunatarwa cewa ƙaunar Allah ba ta ginu a kan aikinta ko amincewar wasu ba amma an ba ta kyauta, ba tare da sharadi ba, kuma ba ta kau da kai.

Ta hanyar tunani, addu'o'i, da labarai na yau da kullun, Grace ta fara wargaza ƙaryar da ta yi imani da shi tsawon shekaru. Ta koyi rungumar shaidarta a matsayin zaɓaɓɓen 'yar Allah, wanda ake ƙauna kuma gaba ɗaya. Warkar ba nan take ba—tafiya ce mai cike da hawaye, nasara, da ƙarfin hali don fuskantar tsofaffin raunuka. Amma tare da kowane mataki, Grace ta ƙara ƙarfi, tana koyan saita iyakoki lafiya, gafarta wa kanta da sauran mutane, da tafiya da gaba gaɗi cikin manufa.

A yau, Grace tana haskakawa tare da sabunta ma'anar kima da zama. Ta ba da labarinta don ƙarfafa wasu waɗanda suke jin an ƙi su. Tafiya ta Grace ta nuna cewa maidowa mai yiwuwa ne—cewa kowace macen da ta ji karye za ta iya tashi, ƙauna, zaɓaɓɓu, kuma gaba ɗaya.

Alamun na Ƙimar Ƙarfi

Ƙimar da ke da tushe na iya shafar ainihin mutum, dangantakarsa, da zaɓin rayuwa. Kuna iya sau da yawa gaya yana aiki a cikin rayuwar wani ta hanyar daidaitattun alamu cikin ɗabi'a, motsin rai, da imani. Ga wasu bayyanannun alamomi:

1. Bukatar Taimako na dindindin

- Suna neman tabbatarwa ko kuma suna tsoron rashin yarda, ko da daga bakin baƙi.
- Yabo yana ba su sauƙi na ɗan lokaci, amma da sauri suka koma cikin rashin tsaro.

2. Tsoron Zumunci ko Lalacewa

- Suna gwagwarmaya don buɗe dangantaka ko tura mutane don guje wa cutar da su.
- Suna tsammanin wasu za su bar su ƙarshe, cin amana, ko ƙi su.

3. Rinjaye ga suka

- Ko da a hankali gyara ko rashin jituwa yana jin kamar kai hari ne.
- Suna zama masu tsaro ko ja da baya a zuciya.

4. Zaluntar Kai

- Sun daina kafin gwadawa, guje wa dama, ko tsammanin gazawa a matsayin makawa.
- "Ban isa ba" ko "Ba za su ɗauke ni ba" ya zama rubutun da ba a sani ba.

5. Keɓewa da Janyewa

- Sun gwammace su kaɗaita ba don suna jin daɗin zaman kaɗaici ba, amma don gudun kada a sake ƙi su.
- Suna iya cewa, "Na fi kyau ni kaɗai" yayin da suke marmarin haɗin gwiwa a asirce.

6. Identity-Tarven Identity

- Kimar kansu tana da alaƙa da nasara, aiki, hidima, ko ɗabi'a mai kyau.
- Suna jin cewa dole ne su "sami" ƙauna, har ma daga wurin Allah.

7. Bakance na ciki da iyakance Imani

- Sun yi alwashi na ciki kamar: "Ba zan taɓa barin wani ya sake cutar da ni ba."
- Waɗannan alkawuran suna ja-gorar yanke shawararsu cikin shiru kuma suna hana 'yanci ko waraka.

8. Katsewar Ruhaniya

- Suna iya kokawa su gaskata cewa Allah yana ƙaunarsu ko kuma yana karɓe su.
- Suna ganin Allah a matsayin alkali fiye da Uba mai ƙauna, sau da yawa suna jin rashin cancanta a gabansa.

Warkarwa daga Ƙimar Ƙarya: Jagorar Mataki-by-Tafi

Mataki 1: Gane Tushen

Tambayi:

- A ina aka fara kin amincewa? Yarantaka? Cin amana? Yin watsi da shi? Rashin kulawar iyaye?
- Wanene ko mene ne ya fara sa ka ji ba a so ka, ba ka cancanta, ko ba a so?

Jaridar Tunani:

- "Na fara jin ba a so lokacin da..."
- "Na yi imani ban isa ba saboda..."

Addu'a:
"Ya Ubangiji, ka bayyana mani tushen ƙi a cikin raina, Ka haskaka haskenka a kan ɓoyayyun raunuka, Ka warkar da abin da ba na iya gani."

Mataki na 2: Barin Ƙarya

Kin yarda da tsire-tsire akai-akai yana karya kamar:

- "Ba ni da ƙauna."
- "Kowa ya tafi."
- "Dole ne in tabbatar da kaina."

Aiki:
Rubuta karyar da kuka yi imani. Sannan bayyana gaskiya:

- "An karɓe ni cikin ƙaunataccena" (Afisawa 1:6).
- "An halicce ni cike da tsoro da banmamaki" (Zabura 139:14).
- "Allah ba zai taɓa yashe ni ba, ba kuwa zai yashe ni ba" (Ibraniyawa 13:5).

Addu'a:
"Na karya yarjejeniya da karyar kin amincewa, na rungumi gaskiyar wanda ni ke gare ka, ya Ubangiji."

Mataki na 3: Ka gafarta wa waɗanda suka ƙi ka

Rashin gafara yana sanya rauni a bude.

Aiki:

- Sunan mutumin(s).
- Yarda da zafi.
- Zaɓi don gafartawa, koda kuwa ba ku ji ba tukuna.

Addu'a:
"Baba, na gafartawa [suna] don ya sa ni ji ba a so da kuma ba a sona, na sake su gare ka kuma in 'yantar da kaina daga nauyin rashin gafartawa.

Mataki na 4: Samun Waraka da Karɓar Allah

Allah ya karawa baba Ify. Bari Ya ƙaunace ku inda wasu suka kasa.

Aiki:

- Ku ɓata lokaci don yin bimbini a kan Nassosi na ƙaunar Allah.
- Jiƙa cikin ibadar da ke tunatar da ku ainihin ku.

Mabuɗin Nassosi:

- Ishaya 43: 1 - "Na kira ka da suna, kai nawa ne."
- Romawa 8: 15 - "Ba ku sake karɓar ruhun bautar da za a ji tsoro ba ..."

Addu'a:
"Baba, na karɓi ƙaunarka da karɓuwa. Ka sake gina kaina a matsayin ɗanka ƙaunataccena."

Mataki na 5: Yi Magana Rayuwa kuma Sabunta Hankalin ku

Kin yarda ya gurbata yadda kuke ganin kanku. Kuna buƙatar sabbin sanarwa.

Sanarwa ta Kullum:

- "Allah ne ya zabe ni."
- "Ba ni kuskure."
- "An so ni ba tare da wani sharadi ba."

Aiki:
Ƙirƙiri "Bangaren Gaskiya" ko "Identity Journal" inda za ku rubuta abin da Allah ya ce game da ku.

Mataki na 6: Sake Haɗuwa cikin Lafiyayyan Dangantaka

Kin yarda ya keɓe, amma waraka ya sake haɗuwa.

Aiki:

- Ɗauki ƙananan matakai don buɗewa cikin amintattun alaƙa.
- Haɗa cikin jama'a lafiya, ƙungiyar addu'a, ko da'irar tallafin warkaswa.
- Bada amintattun mutane suyi tafiya tare da ku.

Addu'a:
"Ubangiji, ka shigar da mutanen da suka dace cikin rayuwata-waɗanda za su ƙaunace ni da zuciyarka kuma su taimake ni in girma cikin cikakke."

Mataki na 7: Ministan Warkar da Wasu

Allah ya mayar da raunukan ku zuwa makaman waraka.

Aiki:

- Raba shaidar ku.
- Yi addu'a ga wasu masu fama da ƙin yarda.
- Yi tafiya cikin tausayi da fahimta.

Littafi:
2 Korinthiyawa 1: 4 - "Wanda yake ƙarfafa mu cikin dukan wahalarmu domin mu iya ta'azantar da waɗanda ke cikin kowace wahala ..."

Tafiya ta Kwanaki 30 daga kin amincewa zuwa Maidowa ta fara....

RANA 1: Rauni shiru

Littafi (NLT):

"Ko da mahaifina da mahaifiyata sun rabu da ni, Ubangiji zai kama ni." —Zabura 27:10

Labarin Michael:

Mika'ilu ya tsaya shi kaɗai a wurin jana'izar mahaifinsa, idanunsa sun bushe amma bugun zuciya. An ƙi shi tun yana yaro don ya kasance mai "hanzari sosai," bai taɓa isa ba. Yanzu, ya yi latti don jin kalmomin da yake marmari: *"Ina alfahari da ku."* Shiru ya kama shi.

Labarin Grace:

Alheri ta kasance marar ganuwa. Iyayenta sun yi watsi da su, masu son amfani da su, an kore su a wurin aiki. Kin amincewa ba wani lokaci ba ne - tsari ne. Ya siffata muryarta, tafiyarta, kimarta. Murmushi tai shine garkuwarta, amma a ciki ta tambayeta ko kadan.

Fahimtar Ibada:

Kin amincewa ba koyaushe ba ne. Sau da yawa, yana shiga cikin nutsuwa - ta hanyar shiru, sakaci, zargi, watsi. Amma ko madogara, hannuwan Allah a buɗe suke. Ba kawai yana jure ku ba—ya *zaɓe* ku. Ba ya kwatanta ku — *Yana daraja* ku.

Dauda, wanda ya rubuta Zabura 27, ya san ƙin yarda. Iyalinsa sun yi banza da shi, abokan gābansa suka yi farauta, ɗansa ya ci amanarsa—duk da haka ya ce da gaba gaɗi: *"Ubangiji za ya rufe ni."*

A yau, bari wannan ya zama gaskiyar ku. Allah bai bayyana ku da wanda ya ƙi ku ba, amma ta wurin wanda ya fanshe ku.

Tambayoyin Tunani:

1. Wanene a cikin rayuwarka ya sa ka ji rashin cancanta ko ganuwa?
2. Wace karya kuka yi game da kanku saboda wannan kin?

Bayanin Addu'a:

Uba, ko da lokacin da mutane suka ƙi ni, kana karɓe ni. Lokacin da wasu suka rabu, Ka riƙe ni kusa. Na sallama zafin kin da aka yi a baya kuma na karɓi rungumar warakarka. Ka sake gyara ni, cikin sunan Yesu. Amin.

Jarrabawar Tambaya:

Ka rubuta wasiƙa zuwa ga wanda (ko mutanen) da suka ƙi ka—ba don aika ba, amma don sakewa. Zuba cutar ku, sannan ku roki Allah ya cika wannan fili da gaskiyarsa.

Bayanan kula:

RANA TA BIYU: Tushen Qarya

Littafi (An Ƙarfafa):

"Barawo yana zuwa ne domin ya yi sata, da kashewa, da hallakarwa kawai, na zo ne domin su sami rai, su kuma kasance da shi a yalwace." —Yohanna 10:10

Labarin Michael:

Michael ya kasa girgiza muryar a kansa: *"Ba ka isa ba."* Hakan ya kasance a cikin ɗakin kwana, a cikin aurensa, har ma a cikin coci. Duk lokacin da wani bai yarda da ƙoƙarinsa ba, raunin ya sake buɗewa. Ya kara himma wajen tabbatar da kimarsa, amma tafawa ba ta yi ba.

Labarin Grace:

Grace ta taɓa mafarkin zama mawaƙa. Amma da daddare mahaifiyarta ta yi dariya ta ce, *"Kada ka ba kanka kunya,"* mafarkin ya mutu. Tun daga wannan lokacin, kowace dama ta ji kamar tarko, kowane yabo karya. Ta rufe kyaututtukanta ƙarƙashin tawali'u, tana tsoron a gan ta.

Fahimtar Ibada:

Tsire-tsire masu ƙin yarda suna zurfafa a cikinmu: *"Ba ku cancanci ba," "Ba za ku taɓa aunawa ba," "Ba za ku iya ƙauna ba."* Amma waɗannan ba tunaninku ba ne— iri ne da maƙiya suka shuka don su saci ainihin ku, su kashe amincin ku, su lalata makomarku.

Yesu bai zo kawai domin ya ceci ranka ba—Ya zo ne domin **ya maido da dukan rayuwarka** , gami da **darajarka** , **muryarka** , da kuma **ainihinka** .

Yau ka gane karya. Cire shi. Sauya shi da gaskiya. Gaskiyar Allah ba ta mai da hankali ba — fansa ce.

Tambayoyin Tunani:

1. Wane tunani akai-akai ya iyakance girman ku ko ya sace farin cikin ku?
2. Za ka iya gane a ina da kuma lokacin da wannan ƙaryar ta fara?

Bayanin Addu'a:

Yesu, ka zo ka ba ni rai mai yawa. Na ƙi kowace ƙaryar da ta ce ba ni da amfani ko ba a so. Na tumɓuke waɗannan karya kuma na karɓi gaskiyarka: Ana ƙauna, mai daraja, kuma an halicce ni don manufa. Warkar da ni daga ciki waje. Amin.

Jarrabawar Tambaya:

Lissafa 3 karya da kuka yi imani game da kanku. Bayan haka, ku rubuta gaskiya daga Kalmar Allah da ta karyata ta.

Bayanan kula:

RANAR 3: Idan Soyayya Ta Bar

Littafi (NLT):

"Ubangiji yana kusa da masu-karyayyar zuciya,
Yakan ceci waɗanda suka karai." —Zabura 34:18

Labarin Michael:

Ita ce yake tunanin zata zauna. Lokacin da matarsa ta fita, ta ɗauki fiye da tufafinta - ta ɗauki iyakar ƙarfinsa. Ta ce, *"Kai ka lalace sosai*. Tashi tayi kamar tasan duk abinda yake tsoro gaskiya ne.

Labarin Grace:

Angon nata ne ya yi wa Grace rai makwanni kadan kafin aurensu. Babu bayani. Shiru kawai. Ta zargi kanta - kamanninta, halayenta, abubuwan da ta gabata. Ta ji an watsar da ita kamar kuskuren da ba wanda yake so ya yi ikirarin.

Fahimtar Ibada:

Raunuka kaɗan sun yi zurfi fiye da wanda ya yi alkawarin zama ya yi watsi da shi. Amma ga gaskiyar: **Allah ba shi ne mai tafiya ba.** Ba ya gajiya da hawayenki. Ba ya janye lokacin da ba ku da mafi kyawun ku.

Wataƙila zuciyarka ta karye, amma ba ta wuce gyarawa ba. Sa'ad da mutane suka tafi, Allah yakan dogara gare shi, yana matsowa kusa da ruhin ruhunka, ba don ya ji tausayinka ba, amma ya **cece ka, ya dawo da** kai.

Tambayoyin Tunani:

1. Wanene ya rabu da ku, kuma ta yaya hakan ya haifar da kimar kanku?
2. A waɗanne hanyoyi kuke har yanzu wannan watsi a yau?

Bayanin Addu'a:

Ya Ubangiji, na ba ka azabar mutanen da suka tafi. Ina iya jin an yashe ni, amma ba ni kaɗai ba. Ku kasance kusa da ni cikin karayata. Ka cece ni da ƙaunarka, Ka sake gina abin da ya ɓace. Amin.

Jarrabawar Tambaya:

Ka rubuta wasiƙar addu'a ga Allah game da dangantakar da ta yi maka rauni sosai. Ka kasance mai gaskiya-sannan ka bar shi ya yi magana a zuciyarka.

Bayanan kula:

RANA TA 4: Kunyar Ka

Littafi (AMP):

"Maimakon kunyarka [tsohon] za ka sami rabo biyu." —Ishaya 61:7a.

Labarin Michael:

Michael ya ƙi zuwa ayyukan iyali. Kowa yana "yin kyau." Har yanzu yana ƙoƙarin gyara ɓarnar da ya yi a baya-asarancin aiki, rashin aure, bashi. Kallon kallo, shiru, tausayi-duk sun yi kukan *kunya.*

Labarin Grace:

Kunya ta zauna a kafadar Grace kamar inuwa. Cin zarafin jima'i, karya alkawari, zaɓe mara kyau - ta yi imanin cewa ta sa su kamar wasiƙar ja. Ko da ta yi murmushi, ranta ya rada mata, *"Sun sani."*

Fahimtar Ibada:

Abin kunya ba daga Allah ba ne. Laifin ya ce, "Na yi wani abu ba daidai ba." Kunya ta ce, "Na *yi* kuskure." Yesu ya ɗauki duka biyun a gicciye- Laifinku da kunyarku.

Alkawarin Allah a Ishaya 61:7 ba ta'aziyya ba ce. Sanarwa ce **ta ramuwa na Allah** . Don kunyarku, Ya ba da girma. Don ƙin yarda, Ya ba da mallaka. Don zafi, Ya ba da manufa.

Ba sai kun saka kunya wata rana ba.

Tambayoyin Tunani:

1. Wane ƙwaƙwalwar ajiya ko kuskure har yanzu yana sa ku ji kunya?
2. Yaya za a yi rayuwa kamar an gafarta maka da gaske?

Bayanin Addu'a:

Allah, na kwanta kunya. Ni ba abin da aka yi mini ba, ko abin da na yi, ni ne wanda ka ce ni ne. Tufatar da ni da mutunci. Maido da ainihi na. Na karɓi rabonka biyu na waraka da daraja. Amin.

Jarrabawar Tambaya:

Bayyana abu ɗaya da kuka ɓoye saboda kunya. Sa'an nan kuma rubuta abin da 'yanci zai ji idan wannan nauyin ya tafi.

Bayanan kula:

RANA 5: Muryar Ciki

Littafi (NLT):

"Gama mu gwanin Allah ne, ya halicce mu sabuwa cikin Almasihu Yesu, domin mu yi ayyukan nagarta da ya shirya mana tuntuni." —Afisawa 2:10

Labarin Michael:

Michael sau da yawa yana jin muryar mahaifinsa a cikin kansa: *"Ba za ku taɓa zama komai ba."* Ko da yake babban mutum, wannan muryar ta kori zaɓinsa - kuma ta nutsar da damarsa.

Labarin Grace:

Muryar cikin Grace ta naji duk wani mugun kalaman da aka yi mata. Ko da mutane sun yaba mata, hankalinta yakan yi ta rada, *"Ba da gaske suke nufi ba."* Ta yi zagon kasa, tana tsoron kada a fizge su.

Fahimtar Ibada:

Dukanmu muna ɗauke da labarun ciki-rubutun da aka rubuta ta ƙin yarda, rauni, tsoro. Amma yau Allah ya sake rubuta labarin ku. Ba ku kuskure ba. Kai ba matsakaita ba ne. Ba ku da maras so.

Kai ne **gwaninsa** . An yi ku da niyya, an wanke ku da alheri, kuma an ƙaddara ku don girma.

Lokaci ya yi da za a rufe bakin mai suka da kuma kara girman muryar Mahalicci.

Tambayoyin Tunani:

1. Muryar wane kuke jin har yanzu yana maimaita ƙin yarda ko suka?
2. Wace gaskiya ce daga Kalmar Allah kuke bukatar ku ƙara yin magana?

Bayanin Addu'a:

Ya Uba, ka yi shiru da duk wata murya da ke magana da ƙimata. Na zaɓi in gaskanta abin da kake faɗa game da ni. Ni ne gwanintar ku. Na isa An halicce ni da gangan, don manufa. Amin.

Jarrabawar Tambaya:

Rubuta jerin "Ni ne" bisa Kalmar Allah (misali, an zaɓe ni, ƙaunatacciyara ce, ni cikakke...). Buga shi a wani wuri ganuwa.

Bayanan kula:

RANA 6: Rungumar Uba

Littafi (NLT):

" Sai ya koma gida wurin mahaifinsa, yana cikin nesa, mahaifinsa ya gan shi yana zuwa, cike da ƙauna da tausayi, ya ruga wurin ɗansa, ya rungume shi, ya sumbace shi." —Luka 15:20

Labarin Michael:

Mika'ilu ya yi nisa da Allah—dacin rai da zargi. Amma wata dare, ya karye kuma ya gaji, ya rada wasiƙa, *"Idan har yanzu kuna nan..."* Abin da ya biyo baya ba hukunci ba ne amma jin daɗin kwanciyar hankali da ba za a iya musantawa ba.

Labarin Grace:

Grace ta yi tunanin Allah kamar ubanta na duniya—mai nisa da rashin kunya. Amma a hidimar ibada, waƙar ta ce, *"Shi Uban kirki ne, nagari."* Hawaye suka zubo yayin da sabuwar gaskiya ta fashe: *Allah yana so na... ko da yanzu.*

Fahimtar Ibada:

Labarin ɗan mubazzari ba wai kawai game da tuba ba ne, amma game da **Uban da ke gudu** . Allah ba ya jira kawai; Yana kallo. Ba ya sha'awar lectures amma **ya runguma** .

Kuna iya jin cewa ba ku cancanta ba, an yi nisa, an lalace sosai—amma Ubanku yana ganin ku. Yana son ku gida. Bari hannuwansa su zama wurin da za a fara warkar da ku.

Tambayoyin Tunani:

1. Kuna ganin Allah a matsayin Uba mai ƙauna ko kuma mutum mai nisa?
2. Wane tsoro kuke da shi game da cikakken rungumarSa?

Bayanin Addu'a:

Abba Uba, na zo wurinka kamar yadda nake. Ku gudu gare ni, ku riƙe ni, ku warkar da ni. Na kwanta tsoro, na karɓi rungumarka. Ba ka zama kamar waɗanda suka tafi ba—Ku masu aminci ne, masu kirki, masu ƙauna ne. Amin.

Jarrabawar Tambaya:

Rubuta wasiƙa kamar Allah yana magana da ku a matsayin ƙaunataccen ɗa. Fara da, *"Ɗana/'yata mai daraja..."*

Bayanan kula:

RANA 7: Cancantar Jiran

Littafi (AMP):

" Saboda haka Ubangiji yana jira [da tsammani] yana marmarin ya yi muku alheri, saboda haka yana jira a bisa bisa ya ji tausayinku." —Ishaya 30:18

Labarin Michael:

Mika'ilu ya dauka Allah ya manta da shi. Addu'o'in da suka shafe shekaru da suka yi ba tare da an amsa ba sun sa shi kauye. Amma Allah bai yi banza da shi ba, yana shirya shi. Abin da ya zama kamar jinkiri shine lokacin Allah.

Labarin Grace:

Grace ta yi mamakin dalilin da yasa addu'o'in da ta yi na neman soyayya da karbuwa kamar ba ta amsa ba. A hankali, Allah ya bayyana: *"Ba abin da kake so kawai nake ba ka ba, na shirya ka ga abin da kake bukata."*

Fahimtar Ibada:

Shiru Allah ba rashi bane. Wani lokaci Yakan jira - ba don azabtarwa ba, amma don **matsayi** . Jinkirinsa ba ƙaryatawa ba ne—alama ce ta zurfafa, ƙauna da niyya.

Ba a manta da ku ba. Kun **cancanci jira** . Kuma abin da Allah ya mallaka muku zai fi wanda aka yi ƙoƙari na sata.

Tambayoyin Tunani:

1. Wane jinkiri ne ya sanya ku tambayar kimar ku?
2. Za ku iya dogara ga lokacin Allah ko da jinkirin ya yi?

Bayanin Addu'a:

Ubangiji, na zabi in dogara gare ka a cikin jira. Taimaka min kada in rikice shiru da rashi. Ka shirya ni, ka tsarkake ni, kuma idan lokaci ya yi—ka mayar da ni. Amin.

Jarrabawar Tambaya:

Rubuta game da wani abu da kuke jira akai. Sa'an nan kuma rubuta abin da zai zama dogara ga Allah da sakamakon.

Bayanan kula:

RANA TA 8: Gaskiya Game da Kai

Littafi (NLT):

"Ba ku kuka zaɓe ni ba, ni ne na zaɓe ku, na sa ku ku je ku ba da 'ya'ya madawwama." —Yohanna 15:16.

Labarin Michael:

Michael ko da yaushe yana jin kamar tsarin wariyar ajiya a rayuwa-ba zai taɓa zaɓin farko ba. Amma sa'ad da ya karanta cewa Yesu ya zaɓe shi da kansa, wani abu a cikinsa ya canja. *"Allah yana so na"* ya fad'a cikin rada.

Labarin Grace:

Grace ta ga kanta a matsayin "wanda suka zauna domin." Amma a shiru dakinta Allah ya rada mata *"Na zabe ki tun kafin su ki ki."*

Fahimtar Ibada:

Kafin duniya ta ce *"ba ka isa ba,"* Allah ya ce *"kai nawa ne."* An zabe ku-ba a matsayin tunani na biyu ba, ba don tausayi ba-amma da niyya da ƙauna.

Bari wannan gaskiyar ta ɗimauce ku a yau: Sama ta **zaɓe ku** .

Tambayoyin Tunani:

1. Yaushe ka ji kamar wani tunani a rayuwar wani?
2. Ta yaya sanin Allah ya zaɓe ka ya canza yadda kake ganin kanka?

Bayanin Addu'a:

Yesu, na gode da zaɓe na. Ba a manta da ni, an ƙi, ko bazuwar. Ni naka ce. Ka taimake ni in yi tafiya cikin amincewar wannan gaskiyar a yau. Amin.

Jarrabawar Tambaya:

Ka rubuta wurare 5 na rayuwarka inda yanzu ka zaɓi ka gaskata: *"An zaɓe ni."*

Bayanan kula:

RANA 9: Karya Zagayowar

Littafi (AMP):

"Ga shi, sabon abu nake yi, yanzu yana fitowa, ba ku gane ba?" —Ishaya 43:19

Labarin Michael:

Michael ya gane yana maimaita abin da ya girma da shi - nisa na tunani, rashin amincewa, wahala mai shiru. Amma wata rana, ya ce, *"Wannan ya ƙare da ni."*

Labarin Grace:

Alheri ta kawar da kowace dangantaka mai kyau saboda zafi ya saba da soyayya. Har sai da ta karasa ta ce, *"A'a, na cancanci ƙauna ta gaske."*

Fahimtar Ibada:

Kin yarda yakan maimaita kansa-sai dai idan mun dakatar da shi. Allah ya baka ikon **karya zagayowar** . Abin da ya cutar da ku ba za ku sami kalmar ƙarshe ba. Abin da ya lalace ba zai bayyana ku ba.

Kai ba tarihinka bane. Kai ne sabon farkon Allah.

Tambayoyin Tunani:

1. Wadanne alamu ne a rayuwarku suka samo asali a kin amincewa?
2. Shin kuna shirye don zaɓar waraka, ko da lokacin da ba a sani ba?

Bayanin Addu'a:

Allah na gode maka da ba a daure ni da abin da ya gabata ba. Ka wargaza kowane zagayowar ƙi, tsoro, da rashin yarda da ni. Na ayyana: wannan ya ƙare da ni, kuma waraka ta fara a yau. Amin.

Jarrabawar Tambaya:

Bayyana tsarin tsararraki ko ɗabi'a na sirri da kuke shirin karya. Wane "sabon abu" ka gaskata cewa Allah yana so ya soma?

Bayanan kula:

RANA 10: Ikon Gafara

Littafi (NLT):

"Ku yi wa juna laifi, ku gafarta wa wanda ya ɓata muku rai. —Kolosiyawa 3:13

Labarin Michael:

Michael ba ya so ya gafarta wa mahaifinsa. Amma riƙe fushi kawai ya sa ya ɗaure. Gafara ba mantawa ba - yana 'yantar da kansa daga kurkukun zafi.

Labarin Grace:

A ƙarshe Grace ta gafarta wa kawar da ta ci amanarta—ba don ta cancanci hakan ba, amma don Grace tana bukatar zaman lafiya. Gafara ya zama hanyarta ta samun 'yanci.

Fahimtar Ibada:

Gafara ba ji ba ne - zabi **ne** . Ba musun ciwo ba amma shelar cewa zafin ba zai sake yin mulkin rayuwar ku ba.

Ba ku uzuri abin da ya faru ba. Kuna **sakin** kanku don ci gaba.

Tambayoyin Tunani:

1. Wanene kuke buƙatar gafartawa don ku warke?
2. Me zai hana ku barin gaba ɗaya?

Bayanin Addu'a:

Ubangiji, na zaɓi in gafartawa—ba don sun cancanci hakan ba, amma saboda ina son waraka. Ka 'yantar da ni daga baƙin ciki, Ka koya mini in sake ƙauna. A cikin sunan Yesu, amin.

Jarrabawar Tambaya:

Rubuta wasiƙar gafara. Ku kasance masu gaskiya. Sa'an nan kuma a yi addu'a a kai, kuma a sake shi a hannun Allah.

Bayanan kula:

RANA 11: Sake rubuta Labarin

Littafi (NLT):

"Wannan yana nufin cewa duk wanda yake na Almasihu ya zama sabon mutum, tsohon rai ya shuɗe, sabuwar rayuwa ta fara!" —2 Korinthiyawa 5:17

Labarin Michael:

Michael koyaushe yana ganin kansa a matsayin karye, aibi, kuma bai cancanta ba. Amma sa'ad da yake nazarin Kalmar Allah, ya soma rubuta sabon labari game da kansa—wanda ya dangana bisa gaskiya, ba rauni ba.

Labarin Grace:

Grace ta girma ana gaya mata cewa tana da "mai tausayi sosai," "da yawa." Tsawon shekaru ta yi kokarin rage kanta. Amma Allah ya ce, *"Kai daidai ne a wurina."*

Fahimtar Ibada:

Kin yarda ya rubuta alamun karya: *maras so, rashin isa, lalacewa.* Amma lokacin da kuka karɓi Almasihu, ana ba ku **sabon ainihi** . Kalmar Allah ta zama sabon rubutun ku.

Ba ku ne abin da wasu suka yi muku ba. Ba ku ne abin da suka ce game da ku ba. Kai ne gwanin **Allah a ci gaba.**

Tambayoyin Tunani:

1. Wadanne sunaye ko lakabin karya kuka yi imani game da kanku?
2. Menene Allah ya ce game da kai da gaske?

Bayanin Addu'a:

Ubangiji, na mika wuya ga karyar da na yi rayuwa a karkashinta. Na karɓi sabon sunana, sabon ainihi na, sabuwar rayuwata a cikinka. Ka taimake ni in rayu kamar wanda ka halicce ni in zama. Amin.

Jarrabawar Tambaya:

Ka rubuta gaskatawar ƙarya guda uku da ka yi game da kanka. Sai ku rubuta nassi ko gaskiya don fuskantar kowanne.

Bayanan kula:

RANA 12: Ba Kai kaɗai bane

Littafi (AMP):

"Gama shi [Allah] da kansa ya ce, Ba zan yashe ka ko kaɗan ba, ba kuwa in yashe ka ba, ko kuwa in bar ka marar taimako . . .." —Ibraniyawa 13:5b.

Labarin Michael:

Michael ya ɗauka cewa dole ne ya yi yaƙi da kowane yaƙi shi kaɗai. Amma sannu a hankali ya fara fahimtar kasancewar Allah cikin kwanciyar hankali—ba ya fita, ba ya yashe.

Labarin Grace:

Alheri ta kasance tana kuka ita kaɗai a cikin duhu, tana tunanin ba wanda ya gani. Wata rana ta karanta wannan ayar kuma ta fahimci cewa: *"Allah yana can kullum, ban taɓa lura ba."*

Fahimtar Ibada:

Kadaici ɗaya ne daga cikin ƙarar ƙarairayi. Amma gaskiya **Allah yana tare da ku** - a cikin shiru, a cikin zafi, a cikin abin da ba a sani ba.

Shi ne Emmanuel, *Allah tare da mu* , ba kawai a cikin kyawawan lokatai ba, amma a duk wuraren da aka karye.

Tambayoyin Tunani:

1. Shin kun taɓa yarda cewa ku kaɗai ne da gaske?
2. Ta wace hanya ce za ku ƙara sanin kasancewar Allah tare da ku?

Bayanin Addu'a:

Allah na gode maka da ka taba barina. Ko da na ji ni kaɗai, Kana can. Bude idanuwana don ganin Ka a kowane yanayi. Amin.

Jarrabawar Tambaya:

Ka yi tunani a kan lokacin da kake tunanin kai kaɗai ne, amma a baya, ka gane Allah yana nan. Bayyana wannan ƙwaƙwalwar da abin da ya koya muku.

Bayanan kula:

RANA 13: Ana So Ba Tare Da Sharadi ba

Littafi (NLT):

"Amma Allah ya nuna mana ƙauna mai girma ta wurin aiko Almasihu ya mutu dominmu, tun muna masu zunubi." —Romawa 5:8

Labarin Michael:

Michael koyaushe yana jin cewa dole ne ya sami ƙauna - ta hanyar aiki, kamala, da riya. Lokacin da ya kasa, ya yi tsammanin kin amincewa. Amma ƙaunar Allah ba ta gushe ba.

Labarin Grace:

Grace ta yi kokarin gyara kanta kafin ta zo ga Allah. Sai wata rana ta gane, *"Ya riga ya ƙaunace ni… kafin in same shi tare."*

Fahimtar Ibada:

Ƙaunar Allah ba ta ginu kan kamalar ku ba- tana bisa ga **alherinsa** . Ana ƙaunar ku a mafi munin ranarku kamar yadda mafi kyawun ku.

Babu wani abu da za ku iya yi don sa Allah ya ƙara son ku—kuma babu abin da kuka yi wanda ya sa ya rage ƙaunar ku.

Tambayoyin Tunani:

1. A waɗanne hanyoyi ne ka yi ƙoƙari ka "sami" ƙauna—daga mutane ko daga wurin Allah?
2. Za ku iya samun ƙauna ko da kuna jin rashin cancanta?

Bayanin Addu'a:

Uba, na gode maka da ka so ni ba tare da wani sharadi ba. Ka taimake ni in daina gwagwarmaya, in fara hutawa cikin cikakkiyar ƙaunarka. Na karɓa yau da zuciya ɗaya. Amin.

Jarrabawar Tambaya:

Ka rubuta wasiƙa daga wurin Allah da ta fara, *"Ina son ka domin ..."* Bari ta gudana da gaskiya da alheri.

Bayanan kula:

RANAR 14: Tushen, Ba a ƙi ba

Littafi (NLT):

"Bari tushenku su tsiro a cikinsa, su gina rayukanku a kansa." —Kolosiyawa 2:7a

Labarin Michael:

Michael sau da yawa yana dogara da ainihinsa bisa ra'ayin mutane—mai kyau ko mara kyau. Amma lokacin da ya kafe kansa cikin Kristi, ya sami kwanciyar hankali da bai taɓa sanin yana bukata ba.

Labarin Grace:

Grace ta kasance tana canza wacce ta dogara da wanda take kusa da ita. Amma ta fara girma sa'ad da ta tambayi kanta, *"Wane ni alhali ni da Allah kaɗai?"*

Fahimtar Ibada:

Lokacin da asalin ku ya samo asali cikin ƙi, rayuwa tana jin rashin kwanciyar hankali. Amma lokacin da kuka kafa kimar ku cikin Kristi, hadari na zuwa-amma ba sa girgiza ku.

Bari tushen ku yayi zurfi cikin ƙaunar Allah da gaskiyarsa. A nan ne za ku sami **tsaro** da **ƙarfi** .

Tambayoyin Tunani:

1. A ina kuka dasa ainihin ku—Kalmar Allah ko yardar mutane?
2. Waɗanne ayyuka ne za su taimake ka ka dage cikin Kristi?

Bayanin Addu'a:

Ya Ubangiji, ka dasa ni sosai a cikinka. Na ƙi ƙasƙan ƙasa mai daɗi da kwatancen mutane. Bari tushena ya yi ƙarfi cikin gaskiyarka. Amin.

Jarrabawar Tambaya:

Ƙirƙiri jerin "tushen gaskiya"—nassosi na tushe ko tabbaci waɗanda ke tunatar da ku waye ku cikin Kristi.

Bayanan kula:

RANA 15: Daga Tabo Zuwa Labari

Littafi (NLT):

"Kun yi nufin cutar da ni, amma Allah ya nufa da alheri, ya kawo ni wannan matsayi ne domin in ceci rayukan mutane da yawa." — Farawa 50:20

Labarin Michael:

Babban raunin Michael ya zama babban saƙonsa. Yanzu yana taimaka wa wasu su warke daga raunin uban, yana tunatar da su, *"Idan Allah zai iya warkar da ni, zai iya warkar da ku."*

Labarin Grace:

Grace ta fara bulogi game da waraka daga cin amana. Abin da ya taɓa yi mata shiru yanzu ya ba ta murya. Tabon ta ya zama alamar wani don bege.

Fahimtar Ibada:

Tabon ku ba abin kunya ba ne— **shaida ce ta tsira** .

Allah baya ɓata ciwo. Ya canza shi. Warkar ku ta zama fitila ga wasu.

Ba wai kawai ana maido muku ba ne—amma ga kowa labarinku zai taɓa.

Tambayoyin Tunani:

1. Waɗanne abubuwa masu zafi ne Allah zai so ya yi amfani da su don ya taimaki wasu?
2. Shin kuna shirye ku bar shi ya juya tabonku zuwa labarun fansa?

Bayanin Addu'a:

Ubangiji, na gode da amfani da zafi na. Na miƙa raunukana gare ka, Ka fanshe su domin ɗaukakarka. Ka sanya warakata ta zama haske ga wasu. Amin.

Jarrabawar Tambaya:

Ka rubuta shaidarka a shafi ɗaya—yadda rayuwa take a dā, abin da ya faru, da kuma yadda Allah yake warkar da kai yanzu.

Bayanan kula:

RANA 16: Warkar da Gafara

Littafi (AMP):

"Ku kasance masu nasiha, masu-taimako ga junanku, masu tawali'u [tausayi, fahimi], kuna gafarta wa juna [a sarari da yardar rai], kamar yadda Allah cikin Kristi kuma ya gafarta muku." —Afisawa 4:32

Labarin Michael:

Michael ya yi fushi da mahaifiyarsa tsawon shekaru. Amma ya gane cewa rashin yafiya yana cutar da makomarsa. Sakin ta bai canza abin da ya faru ba-sai dai ya warkar da zuciyarsa.

Labarin Grace:

Alheri ta yafe wa wanda bai taba neman gafara ba. Ta koyi cewa gafara ba don 'yancinsu ba ne— nata ne.

Fahimtar Ibada:

Rashin gafartawa nauyi ne da ke kiyaye ƙin yarda da tushe. Amma idan ka yafe, sai ka karya sarkokin da ke daure ka da abin da ya gabata.

Gafara ba yana cewa *"Babu lafiya"* . Yana cewa *"Na sake ku don in sami 'yanci."*

Tambayoyin Tunani:

1. Shin akwai wanda kuka yi gwagwarmaya don gafartawa? Me yasa?
2. Yaya zuciyarka zata ji idan ba wannan nauyin ba?

Bayanin Addu'a:

Ubangiji, na zabi in gafartawa. Na saki zafi, fushi, da bukatar fansa. Na amince Ka kawo adalci da waraka. Ka 'yanta ni, cikin sunan Yesu. Amin.

Jarrabawar Tambaya:

Rubuta wasiƙar gafara (ba kwa buƙatar aika ta). Zuba zuciyarka ka saki abin da ya daure ka.

Bayanan kula:

RANA 17: Rungumar Ƙaunar Uba

Littafi (NLT):

"Dubi yadda Ubanmu yake ƙaunarmu ƙwarai, gama yana kiran mu 'ya'yansa, mu kuwa ke nan!" —1 Yohanna 3:1

Labarin Michael:

Mika'ilu yana da uba na duniya mai nisa, don haka ya ɗauka cewa Allah ɗaya ne. Amma da shigewar lokaci, ya gano Uban Sama wanda ya tsaya, ya saurare, kuma yana ƙauna.

Labarin Grace:

Grace bata taba sanin mahaifinta ba. Amma wata safiya tana ibada, sai ta ji an lulluɓe ta—ko da yake babu kowa a wurin. Ta sani: *"Abba Baba kenan."*

Fahimtar Ibada:

Ƙaunar Uba ta sake bayyana ƙin yarda. Inda wasu suka tafi, Allah ya zauna. Inda wasu suka yi watsi da ku, Allah ya zabe ku.

Kai ba maraya ba ne. An **ɗauke ku, an karɓe ku, kuma ana girmama ku** .

Tambayoyin Tunani:

1. Menene ra'ayinku game da Allah Uba? Shin yana nuna gaskiya-ko raunukan da suka gabata?
2. Ta yaya rayuwarka za ta canja idan ka rayu kamar ɗan ƙauna?

Bayanin Addu'a:

Abba Uba, ka taimake ni in karɓi ƙaunarka—ba a matsayin ra'ayi ba, amma a zahiri. Ka warkar da surar Ka. Bari in huta a cikin rungumarKa. Amin,

Jarrabawar Tambaya:

Rubuta shigarwar jarida kamar Allah ne cikakken Ubanku yana magana da ku kai tsaye.

Bayanan kula:

RANA 18: Maido da Canjin Kai

Littafi (NLT):

"Na gode don sanya ni hadaddun ban mamaki! Aikinku yana da ban mamaki - yadda na san shi sosai." —Zabura 139:14

Labarin Michael:

Michael bai taɓa jin "isa" ba. Amma da ya yi nazarin yadda Allah ya tsara shi da gangan, sai ya daina ƙoƙarin zama wani kuma ya rungumi shi.

Labarin Grace:

Grace ta kalli madubi ta ce, *"Ni ba kuskurena bane."* A wannan lokacin ta fara tafiya ta koma mutunta kai.

Fahimtar Ibada:

Kin amincewa yana lalata yadda kuke ganin kanku. Amma gaskiyar Allah ta sake gina kimar ku. Ba za a iya zubar da ku ba. Kai **mai ban mamaki ne, mai niyya, kuma mai daraja** .

Tambayoyin Tunani:

1. Wace karya kuka yi imani game da kimar ku?
2. Menene Zabura 139 ta nuna game da yadda Allah yake ganinka?

Bayanin Addu'a:

Allah ka dawo min da kai na. Ka koya mini in ƙaunaci abin da ka halitta—ni. Ka yi shiru da muryar kunya, kuma bari in ji jin daɗinka maimakon. Amin.

Jarrabawar Tambaya:

Jerin abubuwa 5 da kuke so (ko kuke so) game da kanku - jiki, tunani, rai, ko ruhu.

Bayanan kula:

RANA 19: Gina Iyakoki Lafiya

Littafi (AMP):

"Fiye da komai, ka kiyaye zuciyarka, domin duk abin da kuke aikatawa yana gudana daga gare ta." —Karin Magana 4:23

Labarin Michael:

Michael koyaushe yana cewa "eh" don guje wa kin amincewa. Amma ya ƙare a cikin magudanar ruwa, da ɗaci, da gajiya. Koyon cewa “a’a” shine abu mafi ƙauna da ya taɓa yi.

Labarin Grace:

Alheri ta bar mutane su bi ta ko'ina - har sai ta gane alherinta ba rauni ba ne, amma yana buƙatar kariya. Ta sanya iyaka ta sami kwanciyar hankali.

Fahimtar Ibada:

Waraka tana nufin koyan **kiyaye zuciyarka** . Iyakoki ba bango ba ne don hana mutane - ƙofofin ne waɗanda ke kiyaye zaman lafiyar ku, suna girmama darajar ku.

Iyakoki sun ce: *"Ina son ku kuma ina son ni kuma."*

Tambayoyin Tunani:

1. A ina a cikin rayuwar ku kuke buƙatar ingantattun iyakoki?
2. Shin akwai alaƙa inda tsoron ƙi ya sa ku sasanta zaman lafiyar ku?

Bayanin Addu'a:

Ya Ubangiji, ka taimake ni in girmama ka ta wurin girmama kaina. Koya mini in faɗi a'a lokacin da ake buƙata kuma a lokacin da ya dace. Ka ba ni ƙarfi in kafa iyaka da ƙauna. Amin.

Jarrabawar Tambaya:

Zana taswirar iyaka ta sirri-me ke lafiya, abin da ba daidai ba, da abin da kuke buƙatar jin lafiya da duka.

Bayanan kula:

RANA 20: Tsaya A Sabon Shaida

Littafi (AMP):

"Saboda haka idan kowa yana cikin Kristi [wato, an cuɗe shi, ya haɗa da shi ta wurin bangaskiya cikinsa a matsayin Mai-ceto], shi sabon halitta ne [wanda Ruhu Mai Tsarki ya sake haifuwa kuma ya sabunta shi]…. "—2 Korinthiyawa 5:17.

Labarin Michael:

Michael ya daina gabatar da kansa a matsayin "mutumin da ke da matsala." Ya ce, *"An fanshe ni, an maido ni, kuma a kan manufa."*

Labarin Grace:

Grace ta daina wasa kadan. Ta shiga dakuna da sanin an zabe ta—ba don ko wacece ba – sai don *wacce* ta kasance.

Fahimtar Ibada:

Kin amincewa yayi ƙoƙarin ayyana ainihin ku. Amma **fansa ya sake rubutawa** . Ba a karye, an ƙi, ko manta da ku ba.

Kai ɗan Allah ne—maidowa, sabuntawa, da haskakawa.

Tambayoyin Tunani:

1. Yaya za ku kwatanta ainihin ku a yanzu?
2. Wadanne halaye na yau da kullun ne ke taimaka muku tsayin daka cikin sabon asalin ku?

Bayanin Addu'a:

Yesu, na shiga cikin ainihin abin da Ka ba ni. Na bar kowane lakabin ƙarya kuma na yi tafiya da gaba gaɗi a matsayin Masoyinka. Bari raina ya nuna ɗaukakarka. Amin.

Jarrabawar Tambaya:

Bayyana ainihin ku cikin Kristi a cikin sakin layi ɗaya. Yi magana da ƙarfin hali kuma ku ajiye shi inda za ku iya karanta shi kullum.

Bayanan kula:

RANA 21: Maida Muryar ku

Littafi (NLT):

"Harshe na iya kawo mutuwa ko rai; waɗanda suke son yin magana za su sami sakamako." —Karin Magana 18:21

Labarin Michael:

Mika'ilu ya yi shiru don ya kiyaye zaman lafiya. Amma ya gane muryarsa tana da daraja. Shaidarsa ta fara 'yantar da wasu lokacin da ya fara magana.

Labarin Grace:

Alheri ko da yaushe bari wasu su yi mata magana. Amma ranar da ta ba da labarinta a bainar jama'a, ta yi kuka-ba don kunya ba, amma don warkarwa.

Fahimtar Ibada:

ƙin ƙi sau da yawa yana hana mu murya. Amma waraka tana mayar da ita. Labarin ku yana da mahimmanci. Muryar ku tana ɗaukar ƙarfi da warkarwa-don kanku da wasu.

Ba ku da murya. Kai *manzon bege* ne .

Tambayoyin Tunani:

1. Shin kun rufe muryar ku saboda tsoro ko kin amincewa da baya?
2. Wane saƙon tafiyar ku ta waraka ya ba ku damar rabawa?

Bayanin Addu'a:

Uba, ka taimake ni magana rayuwa. Mai da muryata kuma ka ba ni ƙarfin hali don raba abin da ka yi. Bari labarina ya kawo 'yanci ga wasu. Amin.

Jarrabawar Tambaya:

Ka rubuta ɗan taƙaitaccen bayanin shaidarka—abin da ka fito da kuma inda Allah yake bi da kai.

Bayanan kula:

RANA 22: Fansar Kurakurai da suka gabata

Littafi (AMP):

"Mun kuma sani [da gaba gaɗi] cewa Allah [wanda ya damu da mu] yana sa dukan abu su yi aiki tare [shiri] zuwa ga nagarta." —Romawa 8:28.

Labarin Michael:

Michael ya gaskata abin da ya gabata ya hana shi. Amma Allah ya yi amfani da gazawarsa a matsayin tushen kiransa.

Labarin Grace:

Grace ta yi tunanin tarihinta na karyewar dangantaka ya sa ba za a iya amfani da ita ba. Amma Allah ya maida zafinta ya zama hidimar warkaswa ga wasu.

Fahimtar Ibada:

Kin yarda yakan bar mu cikin nadama. Amma Allah

ba ya ɓata komi—har ma da kasawarmu. Ya fanshi, maidowa, da sake rubuta labaran mu.

Babu wani abu da ya wuce falalarSa.

Tambayoyin Tunani:

1. Waɗanne kurakuran da suka yi a baya har yanzu suna sa ku kunya?
2. Ta yaya Allah zai so ya yi amfani da waɗannan abubuwan don ɗaukakarsa?

Bayanin Addu'a:

Ya Ubangiji, na gode maka da cewa babu abin da ya hana ni daga ƙaunarka. Ka fanshi abin da na gabata. Ka yi amfani da labarina don alheri, ka yi kyau daga karye na. Amin.

Jarrabawar Tambaya:

Ka yi tunani a kan nadama ɗaya daga abin da ya gabata. Ka roki Allah ya nuna maka yadda yake karbarta.

Bayanan kula:

RANA 23: Samun Zaman Lafiya

Littafi (NLT):

"Ina bar muku baiwa, kwanciyar hankali da zuciya: salamar da nake bayarwa kuma baiwa ce duniya ba za ta iya bayarwa ba." —Yohanna 14:27.

Labarin Michael:

Michael ya damu da damuwa da zato na biyu. Amma a gaban Allah, ya sami kwanciyar hankali da ta sa shi.

Labarin Grace:

Alheri ta kasance tana shagaltuwa don gudun yin shiru. Amma da ta gama rage gudu sai salama ta same ta.

Fahimtar Ibada:

Ki yana haifar da hargitsi na ciki—amma Yesu yana ba da kwanciyar hankali. Salama ba rashin rikici bane - kasancewar Almasihu ne.

Ku a cikinsa amintattu ne.

Tambayoyin Tunani:

1. Me ke satar zaman lafiyar ku sau da yawa?
2. Menene za ku iya yi don ƙirƙirar sararin samaniya don samun salamar Allah kullum?

Bayanin Addu'a:

Yesu, ka zama salama. Shuru kowane hadari a cikina. Bari natsuwarka ta zama yanayi na. Na sami salamar da kai kaɗai za ka iya bayarwa. Amin.

Jarrabawar Tambaya:

Bayyana wani lokaci a wannan makon lokacin da kuka ji kwanciyar hankali. Me ya taimaka a lokacin?

Bayanan kula:

RANA 24: Haɓaka Al'umma Mai Taimako

Littafi (AMP):

"Biyu sun fi daya… Domin idan ɗayansu ya fadi, ɗayan zai ɗaga abokinsa." —Mai-Wa'azi 4:9–10a

Labarin Michael:

Michael ya yi ƙoƙari ya warke shi kaɗai, amma ya faɗi. Lokacin da ya shiga ƙungiyar maza, ya sami ƙarfi a cikin gwagwarmaya tare.

Labarin Grace:

Grace tana da batutuwan amana. Amma kadan kadan, ta bude wa gungun mata wadanda suka zama rayuwarta.

Fahimtar Ibada:

Kin yarda ya keɓe, amma maidowa yana faruwa a cikin al'umma. Ba a sanya ku ku yi rayuwa kaɗai ba.

Amintacciya, alaƙa mai goyan baya wani bangare ne na shirin Allah na warkarwa a gare ku.

Tambayoyin Tunani:

1. Kuna da mutanen da suke ɗaga ku a ruhaniya da ta ruhaniya?
2. Wadanne matakai za ku iya ɗauka don gina haɗin kai na ibada?

Bayanin Addu'a:

Ya Ubangiji, Ka bishe ni zuwa ga mutanen kirki. Ka taimake ni in nemo da renon al'ummar da ke nuna zuciyarka. Warkar da tsoron kusancina. Amin.

Jarrabawar Tambaya:

Jera mutanen da ke goyan bayan tafiyar ku ta waraka. Rubuta abin da kuke godiya game da su-ko rubuta addu'a don haɗin gwiwa na gaba.

Bayanan kula:

RANA 25: Bayyana Yaki Akan Kunya

Littafi (NLT):

"Don haka yanzu babu wani hukunci ga waɗanda ke na Almasihu Yesu." —Romawa 8:1

Labarin Michael:

Abin da Michael ya yi a baya ya shafe shi har sai da ya yi ihu wata rana, *"Ba ni ba ne—Ni ne wanda Ya ce ni ne!"* Kunya ta kashe rayuwarsa a wannan lokacin.

Labarin Grace:

Grace ta sha kunya kamar fata ta biyu-har sai da ta tsaya gaban madubi ta ce, *"Na gafarta wa kaina."* A karo na farko, ta sami 'yanci.

Fahimtar Ibada:

Kunya ta ce, *"Ba ka cancanci ba."* Amma Yesu ya ce, *"An gafarta muku, an ƙaunace ku, an kuma sa ku sababbi."*

Ba sai ka sake rayuwa cikin kunya ba. Giciye yana da kalmar ƙarshe.

Tambayoyin Tunani:

1. Wadanne fanni na rayuwar ku ne har yanzu ke da nauyi da kunya?
2. Wace gaskiya Romawa 8:1 ta bayyana a kanku?

Bayanin Addu'a:

Yesu, na ƙi kunya. Ina samun gafararKa da falalarka. Ba a hukunta ni ba, ni mai tsabta ne, zaɓaɓɓe, cikakke a cikin ku. Amin.

Jarrabawar Tambaya:

Rubuta wasiƙa zuwa ga kanku na baya-cike da ƙauna, alheri, da tabbatarwa.

Bayanan kula:

RANA 26: Rungumar Haqiqaninku na Gaskiya

Littafi (AMP):

"Amma ku zaɓaɓɓen kabila ne, ƙungiyar firistoci ta sarki, keɓaɓɓen al'umma, jama'a [na musamman] domin mallakar Allah." —1 Bitrus 2:9.

Labarin Michael:

Michael ya sanya lakabi da yawa - gazawa, rashin jin daɗi, kuskure. Amma a cikin Kristi, ya gano cewa shi sarauta ne, ba tarkace ba.

Labarin Grace:

Grace ta zauna ƙarƙashin lakabin da wasu suka sanya mata. Amma sa'ad da ta rungumi shaidarta a matsayin 'yar Allah, sai fuskarta ta canja.

Fahimtar Ibada:

ƙin yarda yana ƙoƙari ya ba mu suna-amma Allah ya riga ya yi. Ya kira mu *zaɓaɓɓu, ƙaunatattuna, duka, nasa.* Ba ku na baya ba ne. Ba ku ne abin da suka ce ba.

Kai ne wanda *ya* ce kai ne.

Tambayoyin Tunani:

1. Wadanne alamomi mara kyau kuka karɓa game da kanku?
2. Menene Allah ya ce game da ainihin ku?

Bayanin Addu'a:

Uba, na ƙi duk wani shaidar ƙarya. Na yarda wanda Ka ce ni ne— ƙaunataccena, zaɓaɓɓu, kuma mai daraja. Bari ainihi na ya kafu a cikin Ka. Amin.

Jarrabawar Tambaya:

Rubuta sanarwar ko ku cikin Kristi. Yi magana da ƙarfi kowace safiya.

Bayanan kula:

RANA 27: Tafiya cikin Gafara

Littafi (NLT):

"Ku yi wa juna laifi… Ku tuna, Ubangiji ya gafarta muku, don haka dole ne ku gafarta wa wasu." — Kolosiyawa 3:13

Labarin Michael:

Mika'ilu ya yi fushi da mahaifinsa. Amma da ya sake shi cikin gafara, waraka a cikin rayuwarsa ya yi sauri.

Labarin Grace:

Grace ta rubuta wasika zuwa ga mahaifiyarta wanda bai taba tabbatar da ita ba. Duk da bata aika ba, gafara ya mamaye zuciyarta.

Fahimtar Ibada:

Gafara ba wai yafewa laifi ba ne—yana zabar 'yanci ne akan bauta. Ba za ku iya tafiya cikin sabuntawa yayin ɗaukar sarƙoƙin ɗaci ba.

Gafara *gareku* .

Tambayoyin Tunani:

1. Wanene kuke buƙatar gafartawa-da gaske?
2. Me zai hana ka bari ta tafi?

Bayanin Addu'a:

Ubangiji, na zabi in gafartawa. Na saki mai rauni da mutumin. Ka warkar da raunukana kamar yadda nake yi maka biyayya. Ka ba ni alheri in yi tafiya cikin 'yanci. Amin.

Jarrabawar Tambaya:

Ka rubuta addu'ar gafara ga wanda ya cutar da kai sosai.

Bayanan kula:

RANA 28: Biyan Manufa tare da Karfin hali

Littafi (NLT):

"Gama mu gwanin Allah ne, ya halicce mu sabuwa cikin Almasihu Yesu, domin mu yi nagargarun abubuwan da ya shirya dominmu." —Afisawa 2:10.

Labarin Michael:

Michael bai taɓa tunanin Allah zai iya amfani da shi ba. Amma yanzu, yana ba da shawarar samari daga gidajen da aka karye-kamar yadda yake a da.

Labarin Grace:

Grace ta kaddamar da kungiyar tallafawa mata masu fama da rashin tsaro. Zafinta ya zama dandalinta.

Fahimtar Ibada:

Allah ba kawai ya warkar *da mu ba* . Yana warkar da mu don mu taimaka wa wasu. Maidowa yana da alaƙa da na wani.

An *shafe ku don tasiri.*

Tambayoyin Tunani:

1. Wani sha'awa ya fito daga zafin ku?
2. Ta yaya za ku fara yi wa wasu hidima da labarinku?

Bayanin Addu'a:

Uba, ka yi amfani da tafiyata don ɗaukakarka. Nuna mani wanda zan yi hidima da kuma yadda. Bari rayuwata ta haskaka da manufa. Amin.

Jarrabawar Tambaya:

Ka lissafo hanyoyi uku na baya da zai iya taimaka wa wasu a yau. Me za ku yi a wannan makon don aiwatar da daya?

Bayanan kula:

RANAR 29: Rayuwa Mai Girma

Littafi (AMP):

"Za ka kiyaye shi, ka kiyaye shi cikin cikakkiyar salama, wanda hankalinsa ya dogara gare ka." — Ishaya 26:3.

Labarin Michael:

Michael ya kasance yana firgita lokacin da aka ƙi. Yanzu, ƙin yarda da shi ya birge shi — ainihi nasa ya daɗe don a motsa shi.

Labarin Grace:

Alheri ba ya haifar da watsi. Ta san cewa tana da aminci ga Allah, kuma ba za a iya sace zaman lafiya ba.

Fahimtar Ibada:

Cikakkiya ba cikakke ba ne. Zaman lafiya ne a cikin hadari. Lokacin da ka kafe cikin Kristi, ƙina na iya ƙwanƙwasa-amma ba zai tumɓuke ka ba.

Kuna duka. Ba za ku iya girgiza ba.

Tambayoyin Tunani:

1. Wane yanayi ne ya taɓa girgiza ku, amma ya daina yi?
2. Menene anka lokacin da rayuwa ta yi rashin kwanciyar hankali?

Bayanin Addu'a:

Ya Ubangiji, na karɓi ɗaukakarka. Bari zaman lafiyarka ya tsare zuciyata da tunani. Ka sanya ni marar girgiza a cikin Ka. Amin.

Jarrabawar Tambaya:

Rubuta game da yadda kuka canza tun Rana ta 1 na wannan tafiya.

Bayanan kula:

RANA 30: An umurce shi don warkar da wasu

Littafi (NLT):

"Yana ƙarfafa mu cikin dukan wahalarmu domin mu ƙarfafa wasu." —2 Korinthiyawa 1:4

Labarin Michael:

Michael bai taba tunanin zama shugaba ba. Amma yanzu ya yi tafiya yana raba yadda Allah yake warkar da zukata irin nasa.

Labarin Grace:

Alheri tana jagorantar ja da baya ga mata waraka daga rauni. Tabon ta ya zama kiranta na alfarma.

Fahimtar Ibada:

Wannan ba ƙarshen ba ne—mafari ne. Tafiyanku na maidowa yanzu *hidimarku ce* . An *kira* ku , *da kayan aiki* , kuma *an aiko ku* .

Kai jirgin ruwa ne na waraka.

Tambayoyin Tunani:

1. Wanene yake buƙatar jin labarinku a yanzu?
2. Me za ku yi da waraka da kuka samu?

Bayanin Addu'a:

Uba, na gode da mayar da ni. Na karɓi kiran ku. Ka sanya ni haske da abin bege ga sauran da ke cikin duhu. Amin.

Jarrabawar Tambaya:

Ka rubuta "wasiƙar ƙaddamarwa" daga wurin Allah. Me yake kiran ku da ku yi daga nan?

Bayanan kula:

Kammalawa: Daga Maidowa zuwa Manufar

Kun yi nisa. Kwanaki 30 da suka gabata, kun fara wannan tafiya ɗauke da nauyin ƙi-wasu raunuka sabo ne, wasu kuma sun binne a cikin shekaru shiru. Amma kowace rana, gaskiya ta gaskiya, kun fuskanci zafi, buɗe zuciyar ku, kuma kun gayyaci Allah ya warkar da abin da ya lalace.

Yanzu, wani abu ya canza. Ba a ƙara siffanta ku ta ƙin yarda - an yi muku alama ta hanyar **fansa** .

ƙaunace ku - ba don abin da kuka yi ba, amma don wanda kuke cikin Almasihu. Allah ne ya
zaɓe ku don irin wannan lokacin.
Kai **cikakke ne** - an dawo da ku daga ciki, ba fursuna ba a zamanin da.

Amma wannan ba shine ƙarshen ba, **wannan shine sabon farkon ku.**

Yayin da kuke shiga yanayi na gaba na rayuwar ku, bari ku yi tafiya tare da sabunta kwarin gwiwa, tsabtar ruhi, da kwanciyar hankali mara kaushi. Bari tabonku su zama shaidarku. Bari zafin ku ya rusa manufar ku. Bari Allah ɗaya wanda ya warkar da ku yanzu ya yi amfani da ku azaman kayan aikin warkarwa ga wasu.

An warkar da ku don ku zama mai warkarwa.

Ci gaba a cikin Kalma. Kasance cikin al'umma. Dogara cikin kiran ku. Har yanzu akwai rayuka da ke jira a wancan gefen biyayyar ku. Kun ɗanɗani maidowa-yanzu ku zauna a ciki, ku girma a ciki, kuma ku raba shi da duniya.

Daga kin amincewa zuwa maidowa. Daga karye zuwa gaba daya. Daga tsira zuwa bunƙasa. Wannan shine labarinku yanzu.

Da dukan zuciyarmu,
Zakariya Godseagle ; Ambassador Monday O. Ogbe & Comfort Ladi Ogbe
God's Eagle Ministries - GEMs
www.otakada.org

Ƙaunar, Zaɓaɓɓu da Gabaɗaya: Tafiya ta Kwanaki 30 daga Kin zuwa Maidowa

YADDA AKE SAKE HAIHUWARSU DA BILLY GRAHAM

Yadda Ake Sake Haihuwa

By Billy Graham

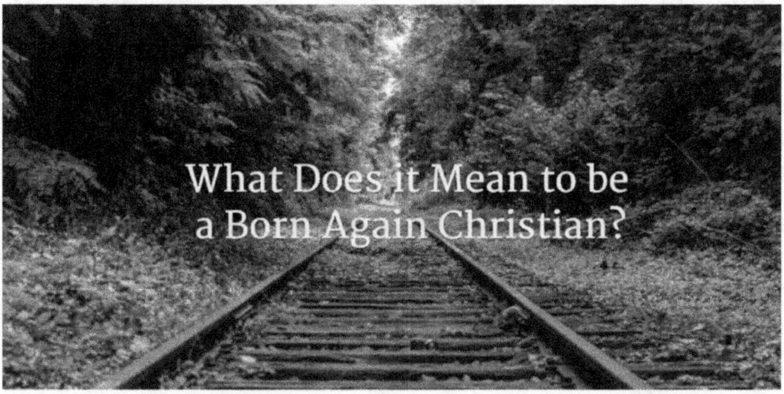

Wani mutum mai suna Nikodimu ya zo wurin Yesu da dare. Watakila yana jin tsoron zargi ko kuma yana son tattaunawa ta sirri, ko watakila yana so ya kara sani kafin ya ba da kansa ga Yesu Kristi. Ko ta yaya, ya zo ya yi wa Yesu wasu tambayoyi.

Yesu ya dube shi ya ce, “Nikodimu, kana bukatar a sake haifar ka” (Yohanna 3:5). Hakika, ya ce, “Hakika, hakika”—kuma duk lokacin da Yesu ya yi amfani da wannan furci, yana nufin cewa abin da zai biyo baya yana da muhimmanci sosai. Ya ce, “Hakika, hakika, ina ce maka… dole ne a sake haifar ku” (Yohanna 3:5,7, KJV).

An sake haihuwa ku? **Kira shi tuba, kira shi sadaukarwa, kira shi tuba** , kira shi yana ceto, amma ya faru da ku? Kristi yana rayuwa a cikin zuciyarka? Kun san shi? Mutane da yawa sun daɗe suna tunani game da addini da Kiristanci amma ba su taɓa yin alkawari ba. Shin kun sadaukar da Yesu Kiristi?

Wataƙila Nikodimu ya yi mamaki sa’ad da Yesu ya ce, “Dole ne a sake haifar ku.” Ba zai zama kamar abin ban mamaki ba idan Kristi ya faɗa wa Zakka mai karɓar haraji ko ga ɓarawo a kan gicciye ko kuma ga matar da aka kama cikin zina. Amma Nikodimu yana ɗaya daga cikin manyan shugabannin addini na zamaninsa. Duk da haka, yana neman gaskiya.

Kuna iya zuwa coci, amma watakila har yanzu kuna nema. Akwai sarari a cikin zuciyarka, kuma wani abu a ciki yana gaya maka cewa ba ka da gaskiya da Allah da gaske. Nikodimus yana azumi kwana biyu a mako. A kullum ya shafe sa'o'i biyu yana addu'a. Ya fitar da zakka. Me ya sa Yesu ya ce dole ne a sake haifar Nikodimu? Domin ya iya karanta zuciyar Nikodimu. Yesu ya ga cewa Nikodimu ya lulluɓe kansa da addini amma bai sami tarayya da Allah ba tukuna.

Tushen Matsalolin Mu

Me ke jawo dukan matsalolinmu a duniya—ƙarya da zamba da ƙiyayya da son zuciya da rashin daidaituwar zamantakewa da yaƙi? Yesu ya ce, "Amma abubuwan da ke fitowa daga baki, daga zuci suke, suna ƙazantar da mutum" (Matta 15:18). Ya ce matsalar tana cikin zukatanmu; zukatanmu na bukatar a canza.

Masana ilimin halayyar dan adam, ilimin zamantakewa da kuma masu ilimin kwakwalwa duk sun gane cewa akwai wani abu da ba daidai ba a cikin bil'adama. Kalmomi da yawa a cikin Nassi sun kwatanta shi. Daga cikin su akwai kalmar **ketare** : "Zunubi laifin shari'a ne" (1 Yohanna 3:4, KJV). Wace doka? Dokar Musa, Dokoki Goma. Shin kun taɓa karya ɗaya daga cikin waɗannan Dokokin? Sa'an nan kuma kana da laifin karya su duka (Yakubu 2:10).

Kalmar zunubi tana ɗauke da ra'ayin rasa alamar, gazawar aikinmu, rashin yin abin da ya kamata mu yi. Littafi Mai Tsarki ya ce, "Dukkan rashin adalci zunubi ne" (1 Yohanna 5:17, KJV). Kuma duk da haka kafin mu iya zuwa sama, dole ne mu sami adalci. Allah ya ce, "Ku zama cikakku kamar yadda ni cikakke, tsarkakakku kamar yadda ni mai tsarki ne" (Matta 5:48, 1 Bitrus 1:16).

A ina za mu sami wannan kamalar? Ba mu da shi yanzu, duk da haka ba za mu iya zuwa sama idan ba mu da shi. Shi ya sa Almasihu ya mutu akan giciye; Ya zubar da jininsa kuma ya tashi domin ya yi mana adalci.

Wata kalma kuma ita ce **zalunci** , ma'anarta kau da kai daga hanya madaidaiciya. Ishaya ya ce, "Dukanmu mun ɓace kamar tumaki, kowannenmu mun juyo ga tafarkinsa, Ubangiji kuma ya ɗora masa muguntar mu duka." (Ishaya 53:6).

Littafi Mai Tsarki ya ce, "Saboda haka, kamar yadda zunubi ya shigo duniya ta wurin mutum ɗaya , mutuwa kuwa ta wurin zunubi...... haka mutuwa ta bi ta ga dukan mutane, domin duka sun yi zunubi" (Romawa 5:12). Kowane mutum yana buƙatar canji na gaske. Muna bukatar a gafarta mana zunubanmu; muna bukatar mu sa tufafin adalcin Allah. Domin samun gamsuwa a wannan rayuwar muna buƙatar samun abin da za mu sadaukar da kanmu. Shin kai mutum ne mai himma? Me kuka yi alkawari? Me ya sa ba ku mai da Kristi dalilinku ba kuma ku bi shi? Ba zai taba kyale ka ba.

Sabuwar Haihuwa

Wasu mutane suna yin tambaya: Menene sabuwar haihuwa? Nikodimus kuma ya yi wannan tambayar: "Ƙaƙa za a haifi mutum bayan ya tsufa?" Ya so ya gane shi.

An haife ni kuma na girma a gonar kiwo. Ta yaya bakar saniya za ta ci koriyar ciyawa ta samar da farar madara da man shanu mai rawaya? Ban gane haka ba. Zan iya cewa, "Saboda ban gane ba, ba zan ƙara shan madara ba." Kuma za ku ce, "Kai mahaukaci ne."

Ban gane shi ba, amma na yarda da shi ta bangaskiya. Nikodimus yana iya gani na zahiri da na zahiri ne kawai, amma Yesu yana magana ne game da ruhaniya.

Ta yaya sabuwar haihuwa ke cika? Ba za mu iya gadon sabuwar haihuwa ba. Littafi Mai Tsarki ya ce waɗanda aka maya haihuwa "ba daga jini aka haifa ba, ba daga nufin jiki, ko nufin mutum ba, amma daga wurin Allah" (Yohanna 1:13). Iyayenmu da iyayenmu mata na iya zama Kiristocin da aka sake haihuwa mafi girma a duniya, amma hakan bai sa mu ma Kiristocin da aka sake haihuwa ba. Mutane da yawa suna da ra'ayin cewa domin an haife su cikin gidan Kirista, su Kiristoci ne kai tsaye. Ba su ba.

Ba za mu iya yin aiki da hanyarmu zuwa ga Allah ba, ko da yake. Littafi Mai Tsarki ya ce ceto yana zuwa "ba ta wurin ayyukan adalci da muka yi ba, amma bisa ga jinƙansa ya cece mu, ta wurin wankewar sabuntawa da sabuntar Ruhu Mai Tsarki." (Titus 3:5).

Haka kuma gyara bai isa ba. Za mu iya cewa, "Zan juya sabon ganye," ko "Zan yi shawarwarin Sabuwar Shekara." Amma Ishaya ya ce a gaban Allah "dukan adalcinmu kamar tsumma suke" (Ishaya 64:6).

Wasu daga cikinmu sun canza a waje don mu bi wasu ƙa'idodi ko ɗabi'a waɗanda ake sa ran mu a cikin majami'u, amma a cikinmu ba a taɓa canzawa ba. Abin da Yesu yake magana da Nikodimu ke nan. Ya ce, "Nikodimu, kana bukatar ka canza ciki," kuma Ruhu Mai Tsarki ne kaɗai zai iya yin haka. Haihuwa daga sama aikin Allah ne. Ruhu Mai Tsarki yana hukunta mu akan zunubanmu; Yana damunmu domin mun yi zunubi ga Allah. Sa'an nan kuma Ruhu Mai Tsarki ya sake haifar da mu. Lokacin da aka sake haihuwa ke nan. Ruhu Mai Tsarki yana zuwa ya rayu a cikin zukatanmu don ya taimake mu a rayuwarmu ta yau da kullum. Ruhun Allah yana ba mu tabbaci, yana ba mu farin ciki, yana ba da 'ya'ya a rayuwarmu kuma yana koya mana Nassosi.

Wasu mutane suna ƙoƙari su yi koyi da Kristi. Suna tunanin cewa abin da za mu yi shi ne mu yi ƙoƙari mu bi Yesu kuma mu yi ƙoƙarin yin abubuwan da ya yi, kuma za mu shiga sama. Amma ba za mu iya yi ba. Wataƙila mu san waƙoƙin addini. Muna iya ma yin addu'a. Amma idan ba mu kasance a gindin giciye ba, ba a sake haifar mu ba. Wannan shine saƙon da Yesu yake ƙoƙarin koya mana.

Haihuwar ma'anar ita ce "[Allah] za ya ba ku sabuwar zuciya, ya sa sabon ruhu a cikinku" (Ezekiel 36:26). "Tsoffin al'amura sun shuɗe: ga shi, dukan abubuwa sun zama sababbi." (2 Korinthiyawa 5:17). Mu "masu-shanu ne na halin Allah" (2 Bitrus 1:4); mun "wuce daga mutuwa zuwa rai" (Yohanna 5:24). Sabuwar haihuwa tana kawo canji a falsafar mu da salon rayuwarmu.

Asiri

Akwai wani asiri ga sabuwar haihuwa. Yesu ya ce, "Iska na busawa inda ya ga dama, kuna jin ƙararsa, amma ba za ku iya sanin inda ta fito da inda ta ke ba." (Yohanna 3:8). Amma kuna iya ganin sakamakon. Yesu bai yi ƙoƙari ya bayyana wa Nikodimu sabuwar haihuwa ba; Zukatanmu masu iyaka ba za su iya fahimtar marar iyaka ba. Mun zo da sauƙin bangaskiya irin na yara, kuma mun sa bangaskiyarmu ga Yesu Kiristi. Idan muka yi, an sake haihuwa.

Shin ka tabbata cetonka?

Yana faruwa haka. Da farko sai mu ji maganar Allah. "Bangaskiya ta wurin ji take, ji kuma daga maganar Allah" (Romawa 10:17). Wannan shine mataki na farko. " Allah ya gamshe shi ta wurin wautar saƙon da aka yi wa'azi domin ya ceci waɗanda suka gaskata." (1 Korinthiyawa 1:21). Yana da kamar wauta cewa kalmomi daga Littafi Mai Tsarki suna da ikon ratsa zukatanmu su canza rayuwarmu, amma suna yin hakan, domin kalmomin Allah ne masu tsarki.

Sai kuma aikin Ruhu Mai Tsarki. Ya hukunta: "Sa'anda ya zo kuma, zai hukunta duniya zunubi, da adalci, da shari'a" (Yohanna 16:8). Ya canza mu. Yana canza nufin mu, son mu, manufofinmu na rayuwa, halinmu. Ya ba mu sabuwar manufa da sabon buri. "Tsoffin al'amura sun shuɗe, kowane abu kuma ya zama sabon" (Cf. 2 Korinthiyawa 5:17). Sai ya zaunar da mu: "Ba ku sani ku haikalin Allah ne ba, Ruhun Allah kuma yana zaune a cikinku?" Allah Ruhu Mai Tsarki yana zaune a cikin ku?

Yesu Kristi ya ce dole ne a sake haifar mu. Ta yaya za mu sake haihuwa? Ta hanyar tuba daga zunubi. Hakan yana nufin muna shirye mu canza salon rayuwarmu. Mu ce wa Allah, "Ni mai zunubi ne, kuma na yi hakuri." Yana da sauƙi kuma kamar yara. Sa'an nan ta wurin bangaskiya mun karɓi Yesu Kiristi a matsayin Ubangijinmu da Ubangijinmu da Mai Cetonmu. Muna shirye mu bi shi cikin sabuwar rayuwa ta biyayya, wadda Ruhu Mai Tsarki ke taimakonmu yayin da muke karanta Littafi Mai Tsarki da addu'a da shaida.

Idan akwai shakka a cikin zuciyarka ko an sake haifuwarku, ina fata za ku daidaita shi yanzu, domin Littafi Mai Tsarki ya ce a cikin 2 Korinthiyawa 6:2, "Yanzu ne lokacin karbabbe,… [yau] ita ce ranar ceto."

“Ni mai zunubi ne, ka yi hakuri.

Kuna damu game da gaba? Kokawa da wani lamari na sirri ko na ruhaniya wanda ke haifar da damuwa, rashin tabbas ko tsoro game da gobe? Bincika cikin batutuwa da yawa da tambayoyi kuma fara tafiya zuwa rayuwa mafi kwanciyar hankali a yanzu.

Neman Amsoshi?

Allah yana jan hankalin ku? Shin kuna shirye don samun salama ta gaske kuma mai ɗorewa wadda ke zuwa ta wurin dangantaka da Allah ɗaya na gaskiya? Ɗauki mataki zuwa gare Shi a yau.

Zaku Iya Samun Aminci Da Allah

Menene Aminci?

Mutane da yawa suna ƙoƙari don abu ɗaya fiye da kowane—zaman lafiya. Dalilin da ya sa suke nema shi ne saboda babu dawwamammen kwanciyar hankali ko 'yanci a rayuwarsu. Kamar kullum basu da kwanciyar hankali. Littafi Mai Tsarki ya kwatanta salama da farko ta hanyoyi uku.

Zaman lafiya na ilimin halin dan Adam, kwanciyar hankali a ciki.
Aminci na dangantaka, jituwa tsakanin bil'adama.
Aminci na ruhaniya, wanda ke tsakanin Allah da mutum.

Littafi Mai Tsarki ya kwatanta yadda zunubi ke ɓata ko kuma shafe dukan salama iri uku. Sa’ad da Allah ya halicci mutum, yana zaman lafiya da Allah, da kansa, da kowa da kowa. Duk da haka, wannan salamar ta ɓace sa'ad da ya juya wa Allah baya. Za a iya dawo da zaman lafiya, amma ba za mu iya yin shi kaɗai ba. Allah ya bada hanya.

Yesu Kristi, Ɗan Allah makaɗaici, an aiko shi zuwa duniyarmu domin ya ɗauke zunubanmu. Ya yi haka ta wurin ƙyale a gicciye kansa, kuma wannan hadaya ce ta sa ya yiwu mu sake samun salama—salama cikin kanmu, salama da juna da salama tare da Allah.

Bayan Yesu ya mutu akan giciye, ya tashi daga matattu. Wannan ya nuna cewa Yesu Allah ne, amma kuma ya bayyana cewa yana son kowa ya sami cikakkiyar salama. “Gama shi da kansa ne salamarmu,... ya kuwa zo ya yi muku wa'azin salama ga ku da kuke nesa, da kuma na kusa.” (Afisawa 2:14-17).

Yesu ya ba kowannenmu ikon cin nasara akan kowane irin zunubi. Komai wahalar yanayin ku, Kristi zai iya shiga ciki. Amma dole ne ka fara amincewa da zunubinka ka ba da kai ga Yesu, sannan ka sami cikakkiyar salama kuma ka san ma'anarsa.

Yesu ya ce, “Dukan nan na faɗa muku, domin ku sami salama a cikina” (Yohanna 16:33). Don samun salama, dole ne ku san wanda zai iya ba da ita.

Shin Kuna Shirya Don Zaman Lafiyar da Yesu Ya Yi?

Gudunmawar da ke gudana don ƙarin haske da fara sabuwar rayuwar ku cikin Yesu Kiristi a ƙasa:

FARA SABON RAYUWARKU DA KRISTI

Za ka iya samun salama ta gaske, mai ɗorewa a yau ta wurin dangantaka da Yesu Kristi. Fara tafiya mai matakai huɗu yanzu!

Mataki 1 – Nufin Allah: Aminci da Rayuwa

Allah yana ƙaunar ku kuma yana son ku sami salama da rai na har abada—mai yalwa da har abada. Littafi Mai Tsarki ya ce:

"Muna da salama tare da Allah ta wurin Ubangijinmu Yesu Kristi." Romawa 5:1

"Gama Allah ya yi ƙaunar duniya har ya ba da makaɗaicin Ɗansa, domin duk wanda ya gaskata da shi kada ya lalace, amma ya sami rai na har abada." Yohanna 3:16

"Ni [Yesu] na zo domin su sami rai, su yalwata." Yohanna 10:10

Me ya sa yawancin mutane ba sa samun wannan kwanciyar hankali da yalwar rayuwa da Allah ya shirya mana?

Mataki na 2 – Matsalar: Zunubi Ya Raba Mu

Allah ya halicce mu cikin kamaninsa domin mu sami yalwar rai. Bai mai da mu a matsayin mutum-mutumi don mu ƙaunace shi da kuma yi masa biyayya kai tsaye ba. Allah ya bamu izni da yancin zabi. Mun zaɓi rashin biyayya ga Allah kuma mu bi namu da gangan. Har yanzu muna yin wannan zaɓi a yau. Wannan yana haifar da rabuwa da Allah.
Littafi Mai Tsarki ya ce:

"Gama dukansu sun yi zunubi, sun kasa kuma ga darajar Allah."
Romawa 3:23

"Gama sakamakon zunubi mutuwa ne, amma baiwar Allah ita ce rai madawwami cikin Almasihu Yesu Ubangijinmu."
Romawa 6:23

Zabinmu yana haifar da rabuwa da Allah. Mutane sun yi ƙoƙari ta hanyoyi da yawa don cike wannan rata tsakanin su da Allah...
Littafi Mai Tsarki ya ce:

"Akwai hanyar da take daidai ga mutum, amma ƙarshenta hanyar mutuwa ce."
Karin Magana 14:12

"Amma laifofinku sun raba tsakaninku da Allahnku, zunubanku kuma sun ɓoye fuskarsa daga gare ku, don kada ya ji."
Ishaya 59:2

Babu wata gada da ke kaiwa ga Allah... sai daya.

Mataki na 3 – Maganin Allah: Giciye

Yesu Kiristi ya mutu akan giciye kuma ya tashi daga kabari. Ya biya hakkin zunubinmu kuma ya daidaita tazara tsakanin Allah da mutane.
Littafi Mai Tsarki ya ce:

"Gama Allah ɗaya ne, matsakanci kuma ɗaya ne tsakanin Allah da mutane, Almasihu Yesu."
1 Timothawus 2:5

"Gama Kristi kuma ya sha wahala sau ɗaya domin zunubai, adali saboda marasa adalci, domin ya kai mu ga Allah."
1 Bitrus 3:18

"Amma Allah yana nuna ƙaunarsa a gare mu, domin tun muna masu zunubi, Almasihu ya mutu dominmu."
Romawa 5:8

Allah ya azurta hanya daya tilo… Dole ne kowane mutum yayi zabi…

Mataki na 4 – Martaninmu: Karɓi Almasihu

Dole ne mu dogara da Yesu Kiristi a matsayin Ubangiji da Mai Ceto kuma mu karbe shi ta gayyata ta sirri.
Littafi Mai Tsarki ya ce:

"Ga shi, ina tsaye a bakin ƙofa na ƙwanƙwasa. Idan kowa ya ji muryata ya buɗe ƙofa, zan shiga wurinsa in ci tare da shi, shi kuma tare da ni."
Wahayin Yahaya 3:20

"Amma ga duk waɗanda suka karɓe shi, waɗanda suka gaskata da sunansa, ya ba da ikon zama 'ya'yan Allah."
Yohanna 1:12

"Idan ka shaida da bakinka Yesu Ubangiji ne, kuma ka gaskata cikin zuciyarka Allah ya tashe shi daga matattu, za ka tsira."
Romawa 10:9

Za ku karɓi Yesu Kiristi a yanzu?

Ga yadda za ku karɓi Kristi:

Yarda da bukatar ku. (Ni mai zunubi ne.)

Ku kasance masu son tuba daga zunubanku (ku tuba) kuma ku nemi gafarar Allah.
Ku gaskata cewa Yesu Kiristi ya mutu dominku akan gicciye kuma ya tashi daga kabari.Ta wurin addu'a, kira Yesu Kiristi ya shigo ya mallaki rayuwar ku ta wurin Ruhu Mai Tsarki. (Karɓi Yesu a matsayin Ubangiji da Mai Ceto) Muna ba da shawarar yin addu'a kamar wannan:

"Ya Ubangiji, na san ni mai zunubi ne, ina so in juyo daga zunubaina, kuma ina neman gafarar ka, na gaskanta cewa Yesu Kristi ɗanka ne, na gaskanta cewa ya mutu domin zunubai na, kuma ka tashe shi zuwa rai, ina so ya shiga cikin zuciyata, ya mallaki rayuwata, Ina so in amince da Yesu a matsayin mai cetona kuma in bi shi a matsayin Ubangijina tun daga yau." A cikin sunan Yesu,

Shin kun yi addu'a don karɓar Yesu Kiristi kuma ku fara dangantaka da shi?

Eh na yi addu'a

A'a, amma ina da tambayoyi

Matsa zuwa na gaba don ƙarin haske

Labarin Ceto - Addu'ar Ceto - Addu'ar Ceto - Tattaunawarmu ta Farko ta Gaskiya da Allah

“addu’ar ceto” ita ce addu’a mafi muhimmanci da za mu taɓa yin addu’a. Sa’ad da muka shirya mu zama Kirista, a shirye mu ke mu yi taɗi ta farko da Allah, kuma waɗannan su ne ɓangarorinsa:

- Mun yarda cewa Yesu Almasihu Allah ne; cewa ya zo duniya a matsayin mutum domin ya yi rayuwa marar zunubi wadda ba za mu iya rayuwa ba; cewa ya mutu a madadinmu, domin kada mu biya hakkinmu.
- Muna furta rayuwarmu ta baya ta zunubi - yin rayuwa don kanmu kuma ba mu yi wa Allah biyayya ba.
- Mun yarda cewa a shirye muke mu amince da Yesu Kiristi a matsayin Mai Cetonmu da Ubangijinmu.

- Muna roƙon Yesu ya shigo cikin zuciyarmu, ya zauna a can, ya fara rayuwa ta wurinmu.

Addu'ar Ceto - Tana farawa da Bangaskiya ga Allah

Lokacin da muka yi addu'ar ceto, muna sanar da Allah cewa mun gaskata maganarsa gaskiya ce. Ta wurin bangaskiyar da ya ba mu, mun zaɓi mu gaskata da shi. Littafi Mai Tsarki ya gaya mana cewa " *Ba tare da bangaskiya ba, ba shi yiwuwa a faranta masa rai: gama mai-zuwa ga Allah dole ne ya gaskata yana nan, shi kuma mai-sākawa ne ga waɗanda suka neme shi* ." (Ibraniyawa 11:6).

Don haka, sa'ad da muka yi addu'a, muna roƙon baiwar ceto ga Allah, muna amfani da 'yancin zaɓinmu don mu yarda cewa mun gaskanta da shi. Wannan nunin bangaskiya yana faranta wa Allah rai, domin mun zaɓi mu san shi da 'yanci.

Addu'ar Ceto - Furta Zunubin Mu

Idan muka yi addu'ar ceto, muna yarda cewa mun yi zunubi. Kamar yadda Littafi Mai-Tsarki ya ce game da kowa da kowa, ceton Almasihu kaɗai: " *Gama dukan mutane sun yi zunubi, sun kasa kuma ga darajar Allah* " (Romawa 3:23).

Yin zunubi shine kawai kasa da alamar, a matsayin kibiya wacce ba ta kai ga idon bijimi ba. daukakar Allah da muka kasa samu tana cikin Yesu Kristi ne kawai: " *Gama Allah ne ya umurci haske ya haskaka daga cikin duhu, wanda ya haskaka cikin zukatanmu domin ya ba da hasken sanin darajar Allah a fuskar Yesu Almasihu.* " (2 Korinthiyawa 4:6).

Addu'ar ceto, ta gane cewa Yesu Kristi ne kaɗai ɗan adam da ya taɓa rayuwa ba tare da zunubi ba. " *Gama shi wanda bai san zunubi ya mai da shi zunubi sabili da mu, domin mu zama adalcin Allah cikinsa* " (2 Korinthiyawa 5:21).

Addu'ar Ceto-Bayyana Bangaskiya ga Kristi a matsayin Mai Ceto da Ubangiji

Da Kristi a matsayin mizanin kamalarmu, yanzu muna yarda da bangaskiya gareshi a matsayin Allah, muna yarda da Manzo Yohanna cewa: " *Tun fil azal akwai Kalma (Almasihu) Kalman nan kuwa tare da Allah yake, Kalman nan kuwa Allah ne, tun fil azal tare da Allah yake, dukan abu ta wurinsa ya kasance* ;

Domin Allah yana iya karɓar cikakkiyar hadaya marar zunubi, kuma domin ya san cewa ba za mu iya cim ma hakan ba, ya aiko da Ɗansa ya mutu dominmu ya biya tamani na har abada. " *Gama Allah ya yi ƙaunar duniya har ya ba da makaɗaicin Ɗansa, domin duk wanda ya gaskata da shi kada ya lalace, amma ya sami rai na har abada* ." (Yahaya 3:16).

Addu'ar Ceto - Fadi & Nufinta Yanzu!

Kun yarda da duk abin da kuka karanta ya zuwa yanzu? Idan kun yi haka, kada ku dakata na ɗan lokaci don fara sabuwar rayuwar ku cikin Yesu Kiristi. Ka tuna, wannan addu'a ba dabara ce ta sihiri ba. Kawai kana bayyana zuciyarka ga Allah. Yi addu'a tare da mu:

"Ya Uba, na san cewa na karya dokokinka, zunubaina kuma sun raba ni da kai, na yi nadama da gaske, kuma yanzu ina so in rabu da rayuwata ta zunubi zuwa gare ka. Don Allah ka gafarta mini, ka taimake ni in guje wa zunubi . Ruhunka Mai Tsarki ya taimake ni in yi biyayya da kai, in aikata nufinka har tsawon rayuwata, cikin sunan Yesu, Amin.

Addu'ar Ceto - Na Yi Addu'a; Yanzu Me?

Idan ka yi addu'ar wannan addu'ar ceto da tabbaci da zuciya ta gaske, yanzu ka zama mai bin Yesu. Wannan gaskiya ne, ko kuna jin wani daban ko a'a. Tsarin addini na iya sa ka gaskanta cewa ya kamata ka ji wani abu - haske mai ɗumi, ƙwanƙwasa, ko kuma wani gwaninta na asiri. Gaskiyar ita ce, kuna iya, ko ba za ku iya ba. Idan ka yi addu'ar ceto kuma ka yi nufinta, yanzu kai mabiyin Yesu ne. Littafi Mai Tsarki ya gaya mana cewa cetonka na har abada yana da aminci! " *cewa idan ka shaida da bakinka Yesu Ubangiji ne, kuma ka gaskata cikin zuciyarka, Allah ya tashe shi daga matattu, za ka tsira* ." (Romawa 10:9).

Barka da zuwa ga iyalan Allah! Muna ƙarfafa ku yanzu don nemo cocin gida inda za ku yi baftisma kuma ku girma cikin sanin Allah ta Kalmarsa, Littafi Mai Tsarki.

Hakanan kuna iya ziyartar rukunin yanar gizon mu a www.otakada.org wanda zai taimaka muku haɓaka da girma cikin Kristi

Yin amfani da wannan hanyar haɗi a cikin binciken binciken Littafi Mai Tsarki don gano Yesu da kanka https://www.otakada.org/dbs-dmm/

Tafiya ta Almajirai ta kwanaki 40

Ko kuma za ku iya fara tafiya ta kwanaki 40 a kan hanyar ku ta wannan hanyar https://www.otakada.org/get-free-40-days-online-discipleship-course-in-tafiya-with-jesus/

Idan kuna buƙatar jagora, aika imel zuwa info@otakada.org

Ubangiji ya yalwata rayuwar ku, ya sa ku cika da farin ciki, salama, ƙauna da jituwa waɗanda shi kaɗai ne zai iya bayarwa, amin

Tambaya gare ku!

Bayanin da aka raba a yau, yana da ma'ana a gare ku? idan haka ne, ba da ƙarin haske.
Ci gaba, me za ku yi daban? Yi alƙawarin farawa nan da nan!

Idan kuna da tambayoyi masu biyo baya, jin daɗin sake rubutawa, kira ko tattaunawa da mu yayin da muka amince cewa Ruhun Allah zai ba da amsoshi fiye da yadda kuke zato. Mun zo nan don ba ku kayan aiki don zama duk abin da Allah ya kira ku ku kasance kuma ku yi cikin sunan Yesu

Assalamu alaikum!

Zakariyya Godseagle ; Ambasada Monday O. Ogbe da Comfort Ladi Ogbe
Allah Eagle Ministries GEM
https://www.otakada.org
Ambassador@otakada.org

Sauran Littattafai da marubuta suka buga

Zakariyya Godseagle

Prayer: The Mightiest Force in World : Mobilizing 10 million Intercessors for the NATIONS Kindle Edition

by Frank C. Laubach (Author), Zacharias Godseagle (Author) Format: **Kindle Edition**

4.7 5 ratings See all formats and editions

About the book - Prayer: The Mightiest Force in World - Mobilizing 10 million Intercessors for the NATIONS
Discover the transformative power of prayer in —***"Prayer: The Mightiest Force in the World - Mobilizing 10 million Intercessors for the NATIONS,"*** a compelling Christian nonfiction work urging readers to mobilize a movement of 10 million intercessors. This book, authored by **Frank C. Laubach and Zacharias Godseagle** emphasizes that prayer is a mighty force capable of changing lives, nations, and the world at large.

It challenges individuals to pray boldly and consistently for leaders, communities, and personal breakthrough, highlighting historical examples and testimonials of prayer's impact. With action plans, reflection questions, and journaling sections for individuals

https://www.amazon.com/Prayer-Mightiest-Mobilizing-million-Intercessors-ebook/dp/B0DYJYVKHT

Ambasada Monday O. Ogbe

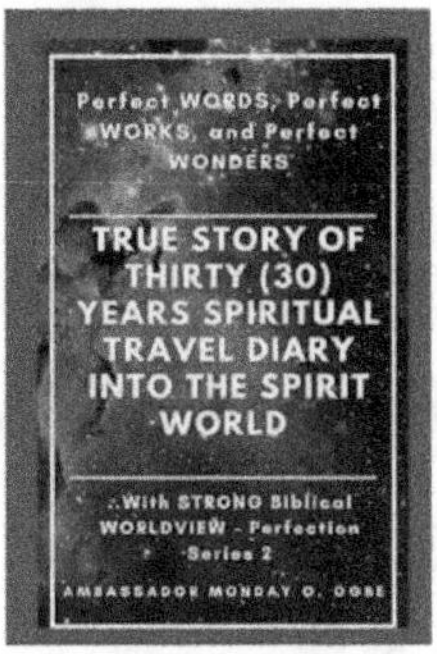

Read sample

True Story of Thirty (30) Years SPIRITUAL TRAVEL Diary into the Spirit World: Perfect WORDS, Perfect WORKS, and Perfect WONDERS

Kindle Edition

by O Ogbe, Ambassador Monday (Author), Peter Tan (Author) Format: **Kindle Edition**

See all formats and editions

Hello Friends, God is constantly calling His children to the place of perfection. In the garden of Eden, He told our first parent to eat everything except one of the trees. They broke the perfection clause and were driven out of the garden. He told Noah to prepare the ark according to specification and fill it up according to instruction. He told Abraham to walk before Him and be perfect. He told Moses to build the ark of the covenant according to as shown him on the mountain. The perfection clause continued till Jesus time where Jesus said, "I do nothing except what I see my Father doing and He is still calling us today to the place of perfection.

https://www.amazon.com/Story-Thirty-SPIRITUAL-TRAVEL-Spirit-ebook/dp/B0C7YRVSWG

Cikakken jeri

https://www.amazon.com/s?k=Ambassador+Litinin+O.+Ogbe&ref=nb_sb_noss

Shafin marubuci - https://www.amazon.com/stores/Ambassador-Monday-O.-Ogbe/author/B07MSBPFNX

Ta'aziyya Ladi Ogbe as Amanda Daniel

Safeguarding Innocence: A Guide to Protecting Children from Predators Kindle Edition

by Amanda Daniel (Author) | Format: Kindle Edition

5.0 ★★★★★ 5 ratings | See all formats and editions

In a world where children's safety is a growing concern, Safeguarding Innocence serves as a crucial resource for parents and guardians. This comprehensive guide highlights the importance of awareness and proactive measures to protect children from various threats. It emphasizes open communication, education on safe boundaries, and online safety to equip kids with the tools they need to navigate potential dangers. The book also explores how to respond effectively to suspicious behaviors, the role of legislation, and the significance of community engagement. With sections dedicated to personal stories of resilience and strategies for fostering healthy relationships, this guide empowers caregivers to cultivate a safer environment. Combining practical advice with inspiring narratives, Safeguarding Innocence aims to create a united front against child predation, ensuring that both parents and children can thrive in a secure world.

https://www.amazon.com/Safeguarding-Innocence-Protecting-Children-Predators-ebook/dp/B0DJ5J31CW

https://www.amazon.com/s?k=Amanda+Daniel&crid=2ZF6MSTQ7W4Q0

www.ingramcontent.com/pod-product-compliance
Lightning Source LLC
LaVergne TN
LVHW051013051026
849532LV00004BA/1202

* 9 7 9 8 3 4 9 5 3 0 7 0 8 *